நானும் டி.எஸ்.எலியட்தான்

தபசி

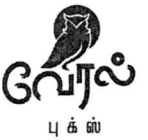

வேரல்
புக்ஸ்

வேரல் புக்ஸ் வெளியீட்டு எண்: 110

நானும் டி.எஸ்.எலியட்தான் ★ தபசி© ★ கவிதைகள் ★
முதல் பதிப்பு: ஜனவரி 2024 ★ பக்கங்கள்: 338 ★
வேரல் புக்ஸ் ★ 6, இரண்டாவது தளம், காவேரி தெரு, சாலிகிராமம், சென்னை - 600093 ★
மின்னஞ்சல்: veralbooks2021@gmail.com ★ தொலைபேசி: 9578764322 ★
அட்டை வடிவமைப்பு: லார்க் பாஸ்கரன் ★ லேஅவுட்: சந்தோஷ் கொளஞ்சி

Nanum T.S.Eliotthan ★ Thabasi© ★ Poems ★
First Edition: January 2024 ★ Pages: 338 ★
Veral Books ★ No: 6, 2nd Floor, Kaveri Street, Saligramam, Chennai - 600093 ★
Email ID: veralbooks2021@gmail.com ★ Phone: 9578764322 ★
Wrapper Designed by: Lark Bhaskaran ★ Layout Designed by: Santhosh kolanji

Rs. 380

ISBN: 978-81-968467-7-0

கவிதையின் மறுமலர்ச்சி

இந்த ஆண்டு வெளியாகும் என் ஐந்தாவது கவிதைத் தொகுப்பு இது. என் கவிதைப் பயணத்தின் பதிமூன்றாவது தொகுப்பு. எல்லாத் தொகுப்புகளிலும் என் முன்னுரை இருக்கும். இதற்கும் அப்படியே.

தமிழ்ச் சூழலில் நவீன கவிதையின் இடம் என்னவாக உள்ளது என்பது குறித்து பேசப் போவதில்லை நான். கவிதை சார்ந்த என் புரிதலைப் பிறருடன் பகிர்ந்துகொள்கிறேன் என்பதை மீறி வேறெந்த ஆறுதலும் இல்லை எனக்கு. நவீன கவிதையை வளப்படுத்த என்னளவில் நியாயமானவனாகவே இருந்துள்ளேன். மொழியின் பல்வேறு சாத்தியக் கூறுகளைக் கண்டடைய முடிந்திருக்கிறது என்னால் எனப் பெருமையாகவும் சொல்லிக் கொள்ள முடியும்.

Modern poetry, plain poetry, casual poetry என்பதற்குப் பெரிய விளக்கங்கள் ஏதும் தேவையில்லை என்றே நம்புகிறேன். அனுபவத்தை எளிய மொழியில் ஆரவாரமின்றிக் கடத்தும் திறன் பெற்றவர்களே சிறந்த கவிஞர்களாக உணரப்படுவார்கள். 1994 இல் என் முதல் தொகுப்பு வெளியானது. அன்றிலிருந்து இன்றுவரை நவீன கவிதையின் போக்குகளை உணர்ந்து கொண்டு சீரான தரத்துடன் கவிதை எழுதி வருகிறேன் என்ற மனநிறைவு எப்போதும் உண்டெனக்கு.

பத்து ஆண்டுகளுக்கு முன்பு ஒரு கவிதை எழுதினால் நெருக்கமான நண்பர்கள் சிலருடன் உடனடியாகப் பகிர்ந்து கொள்வேன். உண்மையில் ஒரு கொண்டாட்ட மனநிலையிலேயே அப்போது இருந்தேன். இப்போது அதெல்லாம் வடிந்துவிட்டது. யாரவது என் கவிதையைப் பாராட்டினால் நல்லது என்று சொல்லி நகர்ந்து விடுவேன். ஏதேனும் குறை சொன்னாலும் அதனால் எனக்கொன்றும் பாதிப்பில்லை.

என் கவிதைகளைத் தேடி தொடர்ந்து வாசித்துப் பாராட்டி வரும் சிலரால் புத்துணர்வு பெறுகிறேன். அதுவும் கூட அவர்கள் என்னைப் பாராட்டிவிட்டார்கள் என்பதனால் அல்ல. கவிதையின் மையத்தைப் புரிந்துகொண்டார்களே என்ற நிறையுணர்வால்தான். நான் ஒரு இருப்பாக இருக்கவே விழைகிறேன். மற்றபடி என் எல்லையை விரிவுபடுத்திக்கொள்ள முடியாதது குறித்து எனக்கு எந்தக் குறையுமில்லை.

கவிதையைப் பற்றி பேசுவதென்பது கவிதை குறித்த ஒரு புரிதலை அடைவதற்குத்தான். மற்றபடி கவிதையைப் பற்றிப் பேசுவதால் மட்டும் கவிதை வளர்ந்துவிடாது. நல்ல கவிதைகள் நிறைய எழுதப்பட வேண்டும். கவிதையே அல்லாத (அ) இரண்டாம் தர படைப்பை ஒருவர் எவ்வளவு தாங்கிப் பிடித்தாலும் அது நிற்காது. கவிதையின் தரத்தை விமர்சகனைவிட வாசகன் நன்குணர்வான்.

ஒரு விமர்சகனுக்குப் பல நிர்ப்பந்தங்கள் உண்டு. வாசகனுக்கு அதெல்லாம் எதுவும் கிடையாது. அவன் கவிதையை அதன் அழகுக்கும், உண்மைக்கும், நுட்பத்துக்கும் மட்டுமே ரசிப்பவன். தமிழ் நவீன கவிதை இன்னும் பல ஆண்டுகள் கழித்து எப்படி மாறியிருக்கும் என்று என்னால் கணிக்க முடியாது. ஆனால் ஒன்றை உறுதியாகச் சொல்வேன். வாழ்வின் மையத்தைக் கண்டுணர்ந்தவர்களாலேயே நாளைய கவிதை வாழும். சத்தியம் என்றும் மாறாதது.

இன்றைய கவிஞன் வடிவரீதியாகவும் பல மாற்றங்களைச் செய்துகொள்ளத் தயாராயிருக்க வேண்டும். உண்மையில் வடிவ ரீதியான மாற்றங்களுக்கு நவீன கவிதை காத்திருக்கிறது. அந்த மாற்றம் நிகழும்போது மிகச் சிறந்த கவிதைகள் உருவாகக்கூடும். அதுவே நவீன கவிதையின் மறுமலர்ச்சிக் காலமாகவும் இருக்கலாம். காத்திருப்போம்.

இணைந்திருக்கும் அனைவருக்கும் என் அன்பு.

அன்புடன்,
தபசி
திருச்சி

உள்ளே...

1. தாயைக் காத்த தனையன் 15
2. என்னவென்று கண்டுபிடியுங்கள் பார்க்கலாம் 16
3. அதாகப்பட்டது 17
4. இவனெல்லாம் எப்படி? 18
5. Gen Next 19
6. எவன் என்னை என்ன செய்ய முடியும்? 20
7. ஒன்றுமே செய்யாதவன் 21
8. தேவதச்சன் சிரிக்கிறார் (மூன்று கவிதைகள்) 22
9. அவ்வளவு எளிதில் கைகூடாது 24
10. ஆட்டத்திற்கா பஞ்சம்? 25
11. சமன்பாடு 26
12. தெரிந்து தெளிதல் 27
13. ஏதோ என்னால் முடிந்தது 28
14. இருத்தலின் முதல் விதி 29
15. Poet at the other end 30
16. விளையாட்டாக எடுத்துக் கொள்ளவும் 31
17. குறிப்பால் உணர்த்துபவர்கள் 32
18. யாருக்கு சுதந்திரம்? 33
19. உண்மையைத் திறந்து காட்டியவன் 35
20. சொல்லிவிட்டுச் செல்வது நல்லது 36
21. சக்தி நிலை 37
22. தியானமும் கவிதையும் 38
23. நல்லா வருவிங்கடா 39
24. இணைப்பு 40
25. கேள்வி – பதில் Live 41
26. வௌவால்கள் பறக்கும் திசை 44
27. பாழ் நிலமா? 45
28. ஒரே குடும்பம் 46
29. Love story then and now 47
30. இன்னும் இருப்பதென்பது... 48

31.	அழகு முகம்	49
32.	ராஜ பவனி	50
33.	தரமும் விலையும்	51
34.	கண்ணிமைக்கும் நேரம்	52
35.	முதலாளி	53
36.	ஒளியாய் இருப்பவர்கள்	54
37.	யாருக்குச் சொந்தம்?	55
38.	எம் தேவதைகளுக்கு நல்ல புத்தி சொல்லி எம்மிடம் அனுப்பித் தாரும் ஐய்யா	56
39.	புத்திசாலிகளுக்கு விளக்கம் தேவையில்லை	57
40.	தீரா காதல்	58
41.	எல்லோரும் ஓடிக் கொண்டிருக்கிறார்கள்	59
42.	தயவு செய்து சொல்வதைக் கேளுங்கள்	60
43.	இயற்கையைப் பாடுபவன்	61
44.	ஒரு நாள் வாழ்க்கை	62
45.	இது வேறு உலகம்	63
46.	நீங்கள் கொடுத்து வைத்தது அவ்வளவுதான்	64
47.	எதுவும் செய்ய முடியவில்லை என்னால்	65
48.	விளைச்சலின் தரம்	66
49.	கடவுளுக்குக் கால் சுளுக்கு	67
50.	குரு தட்சணை	68
51.	இரண்டாவது சூரியன்	69
52.	அழகிய இளம் பெண்களின் கனவு நாயகன்	70
53.	நாம்தான்	71
54.	பிறவி மோட்சம்	72
55.	பேய் கவிதைகள்	73
56.	தேவதைகள் தேவதைகளாக இருக்க வேண்டும்	76
57.	அடிக்கடி ஒளிந்து கொள்பவன்	77
58.	ஆதாரம் இருந்தால் சிறப்பு	79
59.	கற்கை நன்றே	80
60.	இன்னமுமா?	81
61.	தீர்வு இல்லை	82
62.	Contemporary என்பது	83

63.	கோழிக்கு வழி விடும் பெண்	84
64.	கதையின் லட்சணம்	85
65.	திரும்பும் வழி	86
66.	கிறக்கம்	87
67.	குலப் பெருமை	88
68.	வன தேசம்	89
69.	செருப்படி	90
70.	காதலா? காமமா?	91
71.	சரக்கு சரியில்லை	92
72.	படிப்பது எவ்வளவு முக்கியம் தெரியுமா?	93
73.	தகுதி என்ன?	94
74.	நான் என்ன செய்ய முடியும்?	95
75.	அணியுமாம் தன்னை வியந்து	96
76.	கவரிமான்	97
77.	கேளா நகரம்	98
78.	நீண்டதொரு கதை	99
79.	போதும்	100
80.	நினைப்பது நிறைவேறும்	101
81.	ஒருவருக்கொருவர்	102
82.	தபேலாவும் வயலினும்	103
83.	ஒரு நவீன கவிஞனின் உயர்தர சவால்	104
84.	அவரவர் வழக்கு	105
85.	வடித்துக் கொட்டுபவர்கள்	106
86.	சுப்பு (எ) சுப்ரமணியின் காதல் மொழி	107
87.	குக் வித் கோமாளி	108
88.	ராஜ யோகம் என்பது...	109
89.	சாகச ஆட்டம்	110
90.	Space பற்றி நன்கறிந்தவன்...	111
91.	நான் ரெடி... நீங்க ரெடியா?	112
92.	மனிதனென்பவன்...	114
93.	எனக்கு அவ்வளவு திறமையில்லை	116
94.	உங்களால் ஆக வேண்டியது எதுவுமில்லை எனக்கு	117
95.	ஒரு உலகமும் இல்லாதவன் ...	118

96.	செயல் விளைவு தத்துவமென்பது...	120
97.	குறையாகச் சொல்லவில்லை...	121
98.	பழைய பேச்சு	122
99.	தனித்தலையும் மானுடம்...	123
100.	இருவரும் ஒருவர்தான்	124
101.	நீர் ஆள்பவள்	125
102.	நூறும் அதற்கு மேலும்...	126
103.	ஓடிப் போனவன்	127
104.	ஒரு அழைப்பு	128
105.	மாற்று வைத்தியம்	129
106.	எண் பெயர்	130
107.	மாணாப் பிறப்பு	131
108.	இன்னும் நிறைய எதிர்பார்க்கிறேன்	132
109.	தலைவியின் கோபம்	133
110.	பெயர் இன்பம்	134
111.	எனக்கான டேஸ்ட்	135
112.	கண் கட்டு வித்தை	136
113.	ஒரு முத்தம் போதும்	138
114.	ஏன் கொண்டாடப்பட வேண்டும்?	139
115.	அளந்தவன்	140
116.	தலை கால்	141
117.	பாக்யராஜின் சொற் களஞ்சியத்திலிருந்து...	142
118.	சாகடிக்காதீர்கள்...	143
119.	கல்லூரி மாணவர்களுக்கு க. நா. சு யாரென்று தெரியாது	144
120.	வருவதும் போவதும்...	145
121.	கெடுவதென்பது...	146
122.	பேசாமலேயிருப்பது...	147
123.	நான் அவனில்லை	148
124.	அடேய்...	149
125.	இதற்கெல்லாம் நான் பொறுப்பேற்க முடியாது	150
126.	செல்வதல்ல, இருப்பது...	151
127.	எங்கள் வாழ்வும் எங்கள் வளமும்....	152
128.	ஸ்ரீதேவி எங்கும் போய்விடவில்லை	154

129.	அது அப்படித்தான் நடக்கும்	155
130.	நாயகனுக்கு தொண்டை வறள்கிறது	156
131.	Quiet ஆ இருக்கணும்	157
132.	முடிந்தால் என்னுடன் பயணம் செய்யுங்கள்	158
133.	என் செல்லமே...	159
134.	மூச்சும் பேச்சும்	160
135.	அத்வைதம் என்பது...	161
136.	நவீன கவிதை சார் கவிதைகள்	162
137.	நெஞ்சை நிமிர்த்திக் கொண்டு...	165
138.	நீள் எழுத்து	166
139.	தாயும் சேயும் நலம்	167
140.	மிட்டாய் உலகம்	168
141.	இனி திருத்த முடியாது	169
142.	களைத்துப் போனவர்கள்	170
143.	சாவுங்கடா	171
144.	ஆடு பலி ஆட்டம்	172
145.	இசைப்பவன்	173
146.	இணைப்பு	174
147.	கொலைகார நண்பர்கள்	175
148.	தலையெல்லாம் ஐஸாக...	176
149.	மூளை என்ன செய்யும், பாவம்	177
150.	சின்ன விஷயம்...	178
151.	ஒரு தடவ சொன்னா...	179
152.	வெகு தூரத்தில் இருந்து கொண்டு	180
153.	படமும் பரிசும்	181
154.	கேள்வி நேரம்	182
155.	முதிர்வு என்பது...	183
156.	ஏழைத் தந்தையின் மகன்...	184
157.	என் பெயர் அகத்தியன்	185
158.	தீராத வழக்கு	186
159.	என் வழி தனி வழி	187
160.	சமையல் சதுரங்கம்	188
161.	மலரும் மணமும்	190

162.	ஆசுவாசம்	191
163.	எனக்கான வேஷம்	192
164.	புத்தர் கவிதைகள்	193
165.	கலையாவது கத்திரிக்காயாவது...	197
166.	விற்பன்னர்கள்	198
167.	ரசிகனுக்கு மரியாதை	199
168.	நிவாரணி	200
169.	முகம் சிதைப்பவன்	201
170.	என் டிசைன் அப்படி	202
171.	தந்திரம் புரிபவள்	203
172.	ஒரே வழி	204
173.	கெமிஸ்ட்ரி கணக்கான கதை	205
174.	எப்படியும் பொருந்தி விடும்	207
175.	எல்லாவற்றுக்கும் ஒரு விலையுண்டு	208
176.	மேலே போவதென்பது	209
177.	ரசனை மிகு காதலி	210
178.	பதில், விரல் நுனியில்	211
179.	நான் வேறு நீங்கள் வேறா?	212
180.	வரிகளா இவை...	213
181.	நான் யார் தெரியுமா?	214
182.	தட்டிப் பிழைப்பவர்கள்	215
183.	எங்கேயோ இருப்பவர்கள்	216
184.	அவனுக்கு மட்டுமே கேட்கும் அவன் குரல்	217
185.	ஸ்வீட் நேம்	218
186.	என் பெயர் என் பெருமை	219
187.	கவிஞர்கள் வாழும் நாடு	220
188.	கவிதையின் சாகுபடி	221
189.	வேறென்ன வேண்டும்?	222
190.	பிசாசு காதல்	223
191.	நவீன கவிதையும் இஞ்சி டீயும்	224
192.	இயக்குநரும் பேட்டி காண்பவரும்	226
193.	இப்படித்தான் போய்க் கொண்டிருக்கிறது	227
194.	தவம் செய்வார் தம் கருமஞ் செய்வார்	228

195.	எனக்கொன்றும் இழப்பில்லை	229
196.	உங்களால் முடியும், பாக்யா...	230
197.	விரைவு வண்டிப் பயணம்	231
198.	நகரமென்பது	232
199.	தெரிந்து தெளிதல்	233
200.	எழுத்தும் வாழ்வும்	234
201.	அதிரும் இரவு	235
202.	சாறும் சக்கையும்...	236
203.	முற்றும் துறப்பதென்பது...	237
204.	இதற்குமேல் எதுவும் செய்ய முடியாது	238
205.	எனக்கான பழம்	239
206.	3 ஷிஃப்ட் இயங்கும் தொழிற்சாலை	240
207.	வந்தவர்கள் சென்றவர்கள்	241
208.	மேலும் கீழும்	242
209.	அசைவத்தைக் கடந்துவிட்ட படைப்பு	243
210.	ஒரே இடம்	244
211.	அண்ணா காட்டிய வழியம்மா	245
212.	வேற லெவலில் விளையாடுபவன்	246
213.	ஆசை அறுமின்.. ஆசை அறுமின்	247
214.	இடையே நீங்கள் யார்?	248
215.	சுழன்றும்...	249
216.	என்னால் முடிந்தது இவ்வளவுதான்	250
217.	புரிஞ்சவன் பிஸ்தா	251
218.	காலமும் காதலர்களும்	252
219.	உங்களால் ஆக வேண்டியது எதுவுமில்லை...	253
220.	ஒரு bullshit கவிதை	254
221.	ராட்சசன்	255
222.	என்ன கவிஞனிவன்?	256
223.	நம் தலைமுறைக்கு இரவு என்பதே இல்லை	257
224.	எங்கும் நடப்பதுதான் இது	258
225.	வெல்க புரட்சி	259
226.	பந்த் நடத்துவோரின் கனிவான கவனத்திற்கு	260
227.	அவசர முதலுதவி தேவை	261

228. ஊட்டம் எனப்படுவது...	262
229. புரிந்தால் சரி	263
230. ஒன்றே காண வேண்டும்	264
231. டேபிள் டென்னிஸ் ஆடும் இளம் வீராங்கனை	265
232. அன்பில் கரைபவன்	267
233. சுபம்... சுபம்... சுபம்...	268
234. ஒடுங்கக் காண்பது	269
235. கடைசிப் புன்னகை	270
236. நல்ல வேளை	271
237. இயற்கை விதி	272
238. பிச்சைக் கோலம்	273
239. இன்னொரு புலம்பல்	274
240. குரு வித்தை	275
241. பெரு வரிசை	276
242. சுட்டிக் குழந்தை	277
243. உங்களைக் கொஞ்சம் மேம்படுத்திக் கொள்ளுங்களேன், ப்ளீஸ் ...	278
244. உங்களுக்குத் தெரிந்த கவிஞர்கள் எவ்வாறானவர்கள்?	279
245. கூல் பாஸ், கூல்	280
246. என் ஒத்துழைப்பு எப்போதும் உண்டு	281
247. ஒரு மனிதனுக்காக...	282
248. ஒன்றையொன்று கவ்விக்கொண்டு	283
249. இன்னும் இந்த உலகத்தில்...	284
250. சாம்ராஜ்யம் எல்லைகளற்றது	285
251. முற்பகல் – பிற்பகல்	286
252. வான் சுதை வண்ணம் கொளால்	287
253. காப்புரிமையும் வாழ்வுரிமையும்	288
254. விடாது சாபம்	289
255. தேவை, தீவிர சிகிச்சை	290
256. செல்வியின் இருப்பிடம் நோக்கி	291
257. ஒரு பேச்சுக்குச் சொல்கிறேன்	292
258. எல்லாப் புகழும்...	293
259. நல்ல கேள்விதான்	294
260. எப்படியாவது படித்து விடுங்கள்	295

261.	அவரவர்க்கான இடம்	296
262.	நானும் லியோதான்	297
263.	சங்கே முழங்கு	298
264.	அனுபவம் என்பது...	299
265.	நினைவின் காலம்...	300
266.	நவீன கவிஞர்கள் பேசுகிறார்கள்	301
267.	ராபர்ட் ஃப்ராஸ்ட்டும் நானும்	302
268.	ஒரு தொள தொளா கவிதை	303
269.	வாய் திறந்து பதில்	305
270.	உன் பெயர் மாற்றுக் கவிதை	306
271.	சாவு என்றால் சிரிக்கிறார் (அ) நகுலன் நாற்பத்து நான்கு	309
272.	குறுங்கவிதைகள்	316
273.	புத்தனுக்குப் பிறகு நாட்டை ஆள்பவர்கள்	318
274.	ரட்சகன்	319
275.	அரவை மில்லுக்கு வரும் அழகிகள்	320
276.	ஆட்டத்தை முடிப்பதென்பது	321
277.	இரட்டை பயம்	322
278.	பிச்சைக் கவிதைகள்	323
279.	ஆறு நாட்களும் அதற்கு மேலும்	329
280.	ஆல்பத்தில் ஒன்றாய் இருப்பவர்கள்	330
281.	விலை போகாதவன்	331
282.	கவிதையின் கவிதைகள்	332
283.	பறப்பவர்கள்	334
284.	Google map காதல்	335
285.	நானும் டி.எஸ். எலியட்தான்	336
286.	ஆன்மீகக் கவிதைகள்	337

தாயைக் காத்த தனையன்

அரசியல்வாதிகள் மேல்
எனக்கு சுத்தமாக நம்பிக்கையில்லை.
இதில் என் தாய்நாட்டை வேறு
அவர்களிடம் ஒப்படைத்து விட்டேன்.
விற்றுவிட மாட்டார்கள் என்பதற்கு
உத்தரவாதம் ஏதுமில்லை.
அம்மா தாய்நாடே,
என் தெய்வமே
உனக்கு ஒரு சோதனை யென்றால்
ஒரேயொரு missed call கொடு.
படையோடு வந்து
உன்னை மீட்டெடுக்கிறேன்.

என்னவென்று கண்டுபிடியுங்கள் பார்க்கலாம்

என் ஜாதி என்னவென்று கேட்கிறார்கள்
எதுவா இருந்தால் உங்களுக்கென்ன?
ஒரு சின்ன க்ளூ தருகிறேன்
P யில் ஆரம்பித்து r ல் முடியும்
Gazette ஐ கையில் வைத்துக் கொள்ளாமல்
கண்டதையும் உளறாதீர்கள்

அதாகப்பட்டது

நாட்டில் பாருங்கள்
நல்லவனும் இருக்கிறான்
அயோக்கியனும் இருக்கிறான்
நல்லவன் எல்லா மட்டத்திலும் இருக்கிறான்
அயோக்கியனும் அப்படியே
நல்லவன்
சின்ன வயதில் செத்துப் போகிறான்
அயோக்கியனும் அப்படியே
நல்லவன் வயதாகியும் வாழ்கிறான்
அயோக்கியனும் அப்படியே
நல்லவனுக்கும்
குழந்தை, குட்டி குடும்பம் உள்ளது.
அயோக்கியனுக்கும் அப்படியே
பல நேரங்களில் நல்லவன்
அயோக்கினாகவும்
அயோக்கியன் நல்லவனாகவும்
மாறி விடுகிறார்கள் என்றாலும்
கதையில் பெரிய மாற்றமில்லை.

இவனெல்லாம் எப்படி?

நெல் போட்டால் நெல் முளைக்கும்.
என் போட்டால் என் முளைக்கும்.
என்னத்தைப் போட்டார்களோ?
இப்படி முளைத்து வந்திருக்கிறான்...

Gen Next

கல்லூரிப் பையன்களைத் திருத்த முடியாது.
எவளையாவது காதலிப்பான்.
கல்லூரிப் பெண்களைத் திருத்த முடியாது.
எவனையாவது காதலிப்பார்கள்.
நான் கல்லூரிக்கும் போகவில்லை.
காதலிக்கவும் இல்லை.
வயிறெரிகிறது.
இதில் பதிவுத் திருமணம் நடைபெறும்
காதல் கல்யாணத்துக்கு
என்னை
சாட்சிக் கையெழுத்துப் போட வேறு
கூப்பிடுகிறார்கள்.
அடேய் Gen next பசங்களா...
நல்லா வருவிங்கடா..

எவன் என்னை என்ன செய்ய முடியும்?

அதிகாரத்துக்கெதிராக
அவரவர்களால் என்ன செய்ய முடியுமோ
அதைச் செய்கிறார்கள்.

மாரி செல்வராஜ் படமெடுக்கிறார்.
நான் உடல்நிலை சரியில்லை
என்று சொல்லி அலுவலகத்துக்கு
லீவு போட்டுவிட்டு
வீட்டில் உட்கார்ந்து டி.வி. பார்க்கிறேன்.

ஒன்றுமே செய்யாதவன்

இதுவரை
ஒன்றுமே செய்யாதவன் நான்.
நாட்டுக்காக உழைத்தவர் பலர்.
கலை, சமூகம், அறிவியல்,
ஆராய்ச்சி என
தன் வாழ்நாளைக் கழித்தவர் பலர்.
நிறைய பேர் போகிற போக்கில்
அனாதைக் குழந்தைகளை
தத்தெடுத்து வளர்க்கின்றனர்.
உடல் தானம் செய்கின்றனர்.
குறைந்த பட்சம்
பத்து செடியாவது நடுகின்றனர்.
நான் ஒரு பிச்சைக்காரனுக்கு
இரண்டு ரூபாய்
போடுவதற்குக்கூட யோசிக்கிறேன்.
இவன் பிச்சை எடுக்கும் காசில்
தண்ணியடிப்பானோ என்றுதான்
புத்தி வேலை செய்கிறது.
யார் எது கொடுத்தாலும்
வாங்கிப் போட தயராயிருக்கிறேன்.
நான் என்ன கொடுத்தேன் என்று பார்த்தால்
வெட்கமே மிஞ்சுகிறது.

தேவதச்சன் சிரிக்கிறார் (மூன்று கவிதைகள்)

சார்லியும் தேவதச்சனும் நல்ல நண்பர்கள்

மூத்த கவிஞர்கள் பலர்
முப்பது ஆண்டுகளுக்கு மேலாக
கவிதை எழுதிக் கொண்டிருக்கின்றனர்.

அண்ணாச்சி இப்போது அதிகம்
எழுதுவதாய்த் தெரியவில்லை.
தேவதேவனை
நான்கைந்து முறை சந்தித்திருக்கிறேன்.
Modernity யில் அவர் fit in ஆவாரா
என்பது சந்தேகமே.

அபி, பிரம்மராஜன் வேறு ரகம்

கலாப்ரியாவின் ஒரு குத்து சுண்டல்
அதிகம் கிடைக்குமென
தங்கையை தூக்கிச் செல்லும்
அக்கா குழந்தை கவிதை மட்டுமே
மனதில் உள்ளது.

ராகுல் டிராவிட் மாதிரி
ஒரே இடத்தில்
பல மணி நேரம்
ஆடுகின்றனர் இவர்கள் அனைவரும்.

இது நவீன காலம்.
ஜெய்ஸ்வால்,
ரிங்கு சிங், வெங்கடேஷ் ஐயர் மாதிரி
அடித்து ஆட வேண்டாமா?
இதைச் சொன்னால்
தேவதச்சன்
என்னைப் பார்த்து சிரிக்கிறார்.

இடப்பெயர்ச்சி

தேவதச்சன் கவிதைகளை ஒரு சாரார்
ஆஹா ஓஹோவென புகழ்கின்றனர்
எனக்கென்னவோ அவை
அவ்வளவாக அப்பீல் ஆகவில்லை
இதற்காக நான் அவரை
குறைத்து மதிப்பிடுகிறேன் என
எண்ண வேண்டாம்
பிறகு இசை, வெய்யில்
நரன், இளங்கோ கிருஷ்ணன்
லிபி ஆரண்யா என்று
நிறைய பேர் எழுதுகிறார்கள்
கண்ணில் படாத பலரும்
நவீன கவிதை குறித்து
எனக்கென ஒரு புரிதல் உள்ளது
அவரை இங்கேயும்
இவரை அங்கேயும்
பொருத்திப் பார்க்கிறேன்
தேவதச்சன்
என்னைப் பார்த்துச் சிரிக்கிறார்

கோவில்பட்டி யாருக்குச் சொந்தம்?

ஆறுமுகத்தின் கவிதைகள்
ஏன் உனக்கு அப்பீல் ஆகவில்லை
என்கிறார் தேவதச்சன்.
அவருடைய ஏழாவது முகம் தெரியாமல்
சாத்தியமில்லையே என்கிறேன்.
இதற்கும் ஒரு சிரிப்பு அவரிடமிருந்து.

அவ்வளவு எளிதில் கைகூடாது

கெட்ட சகவாசம் கூடாது என்பார்கள்.
நான்
சகவாசமே வேண்டாம் என்பேன்.
அடுத்தவனோடு சேர்ந்தாலே
கழுத்தறுப்புதான்.

ஆண்டவனோடு சேர் என்கிறார்கள்.
ரொம்ப நல்ல விஷயம்.
ஆனாலும் போகிற வழியில்
அடுத்தவன் கழுத்தறுப்பு இல்லாமல் போவதென்பது
சாதாரண விஷயமல்ல.

ஆட்டத்திற்கா பஞ்சம்?

நடராஜனுக்கு ஆடுவதற்கா இடமில்லை?
தில்லையில் போய் ஏன் ஆட வேண்டும்?
கனக சபை என்கிறார்கள்.
காளியோடு போட்டி என்கிறார்கள்.
கதைகள் நிறைய.
ஆட்டத்தின் உட்பொருள்
அறியவில்லை யாரும்.
சிதம்பரம் என்றாலே சிக்கல்தான்.
நடராஜன் ஆடுவது
ஒரு புறம் இருக்கட்டும்.
யார் யாரோ ஆடுகிறார்கள்.

சமன்பாடு

சமன்பாடு
சரியாகவே உள்ளது
தினமும் எட்டு மணி நேரம்
செத்துப் போகிறேன்.
பதினெட்டு மணி நேரம்
வேலை செய்கிறேன்.
அந்த இரண்டு மணி நேரம்தான்
என்னால் நிம்மதியாக
இருக்க முடிகிறது.

தெரிந்து தெளிதல்

உன்னை நான் எப்போதுமே
ஆட் கொண்டதில்லை.
கன்றுக்குட்டி போல்
அங்கு ஓடினாய்
இங்கு ஓடினாய்.

இப்போது என் காலடியில்
அமர்ந்திருக்கிறாய்.
உலகம் என்பது எங்குமல்ல
இருக்குமிடம் என்பதை
உணர்ந்தேன் என்கிறாய்.
புதிதாக இனி நீ கற்றுக்கொள்ள
என்னதான் உள்ளது?

ஏதோ என்னால் முடிந்தது

நிறைய பேர் என்னை
ஊறுகாயாய்
பயன்படுத்திக் கொள்கின்றனர்.
just like that.
எந்தவித மனத் தடையுமின்றி.
எந்தவிதக் குற்றவுணர்வுமின்றி.
ஆகட்டும்.
எவ்வளவு காலமென்று பார்க்கலாம்.
சட்டென ஒருநாள்
அவர்கள் தொட்டுக் கொள்ளும்
விரல் வழியே உட்புகுவேன்.
நரம்பில் பாய்வேன்.
ரத்தத்தில் கலப்பேன்.
நீலம் பாரிக்கும்
அவர்கள் உடல் கண்டு சிரிப்பேன்.

இருத்தலின் முதல் விதி

உனக்கான எளிமையான விதி இது.
'நான் பேசினால் நீ பேச வேண்டும்.
நீ பேசினால் நான் பேச வேண்டும்
என்கிற அவசியமில்லை'.
இது WhatsApp, Messenger, Chat
அனைத்திற்கும் பொருந்தும்.
இது புரியாமல் நான்தான்
ஏகத்துக்கும்
குழம்பிப் போய் நிற்கிறேன்.

Poet at the other end

இதுநாள் வரை கவிஞன் என்பவன்
வில்வித்தை வீரனாக இருந்தான்.
இன்றைய post modern poet ஓ
எதிர்ப் பக்கமாக இருக்கிறான்.
வட்டங்கள் வரையப்பட்ட
இலக்கு அட்டை அவன்.
யார் வேண்டுமானாலும்
அவன் மீது அம்பெறியலாம்.
இலக்கு தவறினால் சிரிப்பான்.

விளையாட்டாக எடுத்துக் கொள்ளவும்

எனக்கு யாரேனும்
அமைச்சர் பதவி
தருவதாக இருந்தால்
விளையாட்டுத் துறையை
தேர்வு செய்வேன்.
புகுந்து விளையாடலாம், பாருங்கள்.

குறிப்பால் உணர்த்துபவர்கள்

பல் மருத்துவமனைக்கு வருபவர்கள்
பல்லை அழுந்தப் பிடித்தபடி உள்ளனர்.
இதய சிகிச்சைக்கு வருபவர்கள்
நெஞ்சை நீவியபடி.
மூட்டு வலிக்காக வருபவர்கள்
முழங்காலைத் தடவியபடி.
காது மருத்துவத்துக்கு வருபவர்கள்
காதை நீவிவிட்டபடி.
அப்படியே
பூமிக்கு வந்தவர்களைக் காண்கிறேன்.
எல்லோருமே
தலையில் கை வைத்தவாறு
அமர்ந்திருக்கின்றனர்.

யாருக்கு சுதந்திரம்?

பெண் சுதந்திரம் பற்றிப் பேசுகிறார்கள்.
எனக்கதில் நம்பிக்கையில்லை.
ஆண் சுதந்திரத்தின் மீதும் தான்.
சுதந்திரம் என்பதுதான் என்ன?
நினைத்ததை செய்வதா?
அப்படியெனில் மனதின் தந்திரமது.
உண்மையில் சுதந்திரம் என்பது
ஆசையிலிருந்து விடுபடுதல்.
ஆசையை வளர்த்துக் கொள்வதல்ல.
இருப்பின் அடிப்படையை
புரிந்து கொள்ளுதல்.
இயற்கை விதிகளை
மதித்து நடத்தல்.
அது வேண்டும்,
இது வேண்டும்,
அங்கு போக வேண்டும்,
இங்கு போக வேண்டும்,
அவரைப் பார்க்க வேண்டும்,
இவரைப் பார்க்க வேண்டும்
என்பதெல்லாம் மனதின் மாயை.
இருக்கும் இடத்தில் நிறைவடைய
முடியாத ஆணாலோ
பெண்ணாலோ
வேறு எது கிடைத்தாலும்,
எங்கு சென்றாலும்,

யாரைப் பார்த்தாலும் நிறைவு கிட்டாது.
அன்பும், பொறுமையும், சகிப்புத்தன்மையும்,
ஒழுக்கமும் உள்ள
இடத்தில்தான் சுதந்திரம் சாத்தியம்.
இவை
நான் சொல்லும் வார்த்தை
என்றெண்ணிடல் வேண்டாம்.
தடையற்ற எம்
குருநாதர் வாக்கு.

உண்மையைத் திறந்து காட்டியவன்

குறிப்பிட்ட இடத்தில்
குறிப்பிட்ட நேரத்தில்
உண்மை அனைவருக்கும்
காட்டப்படும் என்றான்.
மக்கள் குவிந்தனர்.
திரை ஒன்று இருந்தது.
விலக்கிக் காட்டினான்.
சிலர் இதுதான் இதுதான் என்றனர்.
சிலர் எட்டி எட்டிப் பார்த்து விட்டு என்ன
ஒன்றுமே தெரியவில்லையே என்றனர்.
சிலர் ஏதும் புரியாமல்
கலைந்து சென்றனர்.
திரையை மூடிவிட்டான்.
ஒருவர் கேட்டார்.
ஏன் எப்போதும் திறந்திருந்தால் என்ன?
அதற்கு அவன் பதில்
"இல்லை
திரை விலகும்
போதுதான்
உண்மை தெரியும்".
அவன் சொல்வது
உண்மையாகத்தான் இருக்க வேண்டும்.

சொல்லிவிட்டுச் செல்வது நல்லது

ஒரு பாறாங்கல்லை
எத்தனை காலம்தான்
தலையில் சுமப்பது?
குறைந்த பட்ச நன்றியுணர்வு கூட
இன்றி விலகிச் செல்கிறாய்.
இதற்கு பதிலாக
என்னை அறைந்திருக்கலாம்,
மோசமாகத் திட்டியிருக்கலாம்
என் உணவில் விஷம் கலந்திருக்கலாம்
என்றெல்லாம் சொல்ல மாட்டேன்.
ஒரு சிறு புன்னகையுடன்
சொல்லிவிட்டே போயிருக்கலாம்

சக்தி நிலை

குண்டலினி சக்தி
எங்கு நிலைக்கிறதோ
அதற்குத் தகுந்தாற்போல்
குணாதிசயம் மாறும் என்கிறார்கள்.

மூலாதாரம் அடிப்படை.
பசி, தூக்கம், கழிவு நீக்கம் சார்ந்தது.
மண் மையம் இது.
ஆசை, உந்துதல், நகர்வு
துவாதிஷ்டான மையம்.
நீர் சார்ந்தது இது.

இப்படியே ஏழு மையங்கள்.
துரியம் இறை மையம்.
இரண்டாவது மையம் தாண்டுபவர்கள்
வெகு அபூர்வம்.
குண்டலினி சக்தி
மேலும் கீழுமாக செல்வது.
அது மேல் மையங்களில்
நீடித்து நிலைக்க பலன் கூடும்.
ஆசை குறையக் குறைய
குண்டலினி நிலை பெறும்.
இதெல்லாம் அடிப்படை.
நிமிர்ந்து உட்கார்கிறேன்.
குண்டலினி மேலே எழும்புகிறது...
தலை சாய்க்கிறேன்.
அது கீழே செல்கிறது.

தியானமும் கவிதையும்

தியானம் செய்பவர்களுக்கு
கவிதை அவசியமில்லை.
தியானத்தை
மேற்கோள் காட்டுபவர்கள்
கவிதை கடந்தவர்கள்.
கவிதையை மேற்கோள் காட்டுபவர்கள்
தியானம் செய்யப்
பழகி வருபவர்கள்.

நல்லா வருவிங்கடா

நான் விரித்த வலையில்
வேறொருவன்
மீன் பிடிக்கிறான்.
நல்ல விலை போகின்றன
அம் மீன்கள்.
நானோ
கிழிந்த வலையை
தைத்துக் கொண்டிருக்கிறேன்.

இணைப்பு

வட இந்தியர்களுக்கு எதிராக
அனைவரும் ஒன்று கூடினர்.
மேடையிலிருந்த
ஒருவர் முழங்கினார்.
அவர்களுக்கு
வேலை தரக்கூடாது.
குடியிருக்க வீடு தரக்கூடாது.
சாப்பாடு, தண்ணீர்,
மின்சாரம் எதுவும் தரக்கூடாது.
சம்மதமா?
கீழே இருந்த ஒருவர் எழுந்து
அப்பாவித்தனமாக
கேட்டார்:
"சார், ஒருத்தர்
பொண்ணு
கேட்கறார்...
தரலாமா?"

கேள்வி - பதில் Live

1.
நாட்டில் சட்டம் ஒழுங்கு
சரியில்லை என
ஆங்கிலப் பத்திரிகை
ஒன்று சொல்கிறதே.
என்ன நடவடிக்கை
எடுத்திருக்கிறீர்கள்?
உள் துறை அமைச்சர்.
"குனியாம்பு நாட்டில் உள்ள
law Agency 180 நாடுகளின்
சட்ட ஒழுங்கு நிலையை சர்வே செய்து
நம் நாடு
5 வது இடத்தில் உள்ளது என்று
சான்றிதழ் அளித்துள்ளதே.
இது ஒன்று போதாதா?"

2.
நகரத்தில் வாகனங்கள்
காணாமல் போவது பற்றி
உயர் அதிகாரியிடம் கேட்கின்றனர்
பத்திரிகையாளர்கள்.
கமிஷனர் சொல்கிறார்:
வாகனங்கள்
கண்டுபிடிக்கப்பட்டு விட்டன.
எடுத்தவர்களை
தேடிக் கொண்டிருக்கிறோம்.

3.
வரும் தேர்தலில்
தோற்று விடுவோம் என
பயமாக உள்ளதா ?
ஆளும் கட்சித் தலைவரின் பதில்:
‘எங்களிடம்
பயம் தோற்றுப் போகும்.’

4.
2024 தேர்தலை எதிர்கொள்ள
தேர்தல் கமிஷன்
என்ன நடவடிக்கை எடுத்துள்ளது ?
ஓட்டுக்கு 1000 ரூபாய்
தரப் போவதாக
ஒரு தகவல் வந்துள்ளது.
இப்போதே எங்கள் ஆட்கள்
வீடியோவுடன் அலைகிறார்கள்.
யாராவது மாட்டினால்
கோழி அமுக்குவது மாதிரி
அமுக்கிவிட வேண்டியதுதான்.

5.
நீதித் துறை இந்தக் காலத்தில்
மலிந்துவிட்டதா என்ற கேள்விக்கு
ஓய்வு பெற்ற
முன்னாள் நீதிபதியின் பதில்
“எங்கள் காலத்தில் தராசு முள்
நேராக நிற்க வேண்டும்.
அரை இஞ்ச் அந்தப் பக்கம்
நகர்ந்தாலும் தீர்ப்பு தேதியை
ஒத்தி வைத்து விடுவோம்”

6.
தற்காலக் கவிதை பற்றி
என்ன நினைக்கிறீர்கள்?
"கவிதையில் முற்றுப் புள்ளி,
அரைப் புள்ளி, காற்புள்ளி எல்லாம்
இருக்க வேண்டும்.
இன்றைய கவிதையில்
எதுவுமே இல்லை.
எனவே
இது கவிதை தானா என்று
சந்தேகமாய் இருக்கிறது.

7.
வியாபாரத்தில்
லாபம் வருகிறதா என்ற கேள்விக்கு
தள்ளு வண்டியில்
காய்கறி விற்கும்
சின்னப் பொண்ணுவின்
பதில்: ஆமாய்யா... வியாபாரம் பண்ணி
நாலு பங்களா கட்டிட்டேன்.
வந்துட்டாங்க கேள்வி கேட்க.

வௌவால்கள் பறக்கும் திசை

11 வது பாகத்தின்
3 வது வடிவமாக உருவாகிறது
வானவில்லின்
மாற்று நிறமாக ஒளிர்கிறது.
மலையின் தலைகீழ் ஆழம் போல்
துல்லியமாய் மாற்றமடைகிறது.
நீர் தொடாத ஏரியின் கரையில்
நடை பயில்கிறது.
வௌவால்கள்
பறக்கும் திசையில்
கனவு காண்கிறது.
நடுப்பகல்
நிழலற்ற வானில்
குளிர் காய்கிறது.
மேலும்
சுழலாத பூமியின்
வரைபடத்தில்
தலை சாய்க்கிறது.

பாழ் நிலமா?

T. S. Eloit,
The Waste Land எழுதி
நூறு வருடங்களாகிவிட்டன.
பாவம் அவர்.
நம் ரியல் எஸ்டேட் நிறுவனங்கள் பற்றி
அவருக்குத்
தெரிந்திருக்க வாய்ப்பில்லைதான்.
திராபையான இடத்தையும்
இன்று sq ft 300,400 என
தலையில்
கட்டிவிடுவார்கள்,
எம்டன்கள்.

ஒரே குடும்பம்

தமிழக சபாநாயகர்
அப்பாவுவும்
எழுத்தாளர்
ராஜேந்திர சோழனும்
பார்ப்பதற்கு
ஒரே மாதிரி உள்ளனர்.
தொலைக்காட்சி பார்க்கும் போது
இரண்டு மூன்று முறை
குழம்பி விட்டேன்.
ஒன்றும் பாதகமில்லை.
அவர் நெல்லை
இவர் மயிலம்.
எல்லாம் ஒரே குடும்பம் தான்.

Love story then and now

அந்தக் காலக் காதல் இது.
ஆணும் பெண்ணும் காதலித்தார்கள்.
சின்னச் சின்ன சண்டைகள்
மனஸ்தாபங்கள்.
குடும்பங்கள் ஒத்துக் கொள்ளவில்லை.
பல தரப்பு சமாதானப் பேச்சுகள்.
எப்படியோ
கல்யாணம் பண்ணிக் கொண்டார்கள்.
இறுதியில் சுப செய்தி.
பெண் வாந்தி எடுத்தாள்.
மார்டன் லவ் என்கிறார்கள்.
ஆணும் பெண்ணும் காதலிக்கின்றனர்.
உன்னை எனக்குப் பிடிக்கவில்லை
என்கிறான் அவன்.
எனக்கும்தான் என்கிறாள் அவள்.
அவன் வேறு ஒருத்தியை காதலிக்கிறான்.
அவள் வேறு ஒருவனை.
அவன் அடுத்து இன்னொருத்தியை.
அவள் வேறு ஒருவனை.
இப்படியே போகிறது கதை.
பார்ப்பவர்கள் எல்லோரும்
வாந்தி எடுக்கிறார்கள்.

இன்னும் இருப்பதென்பது...

நான் யார் மீதெல்லாம்
அபார நம்பிக்கை வைத்திருந்தேனோ
அவர்கள் அனைவரும்
என்னைக் கை விட்டனர்.
இப்போதெல்லாம்
எல்லா எதிர்பார்ப்புகளையும்
விட்டுவிட்டேன்.
வெறுமெனவே வருகிறேன்.
போகிறேன்.
என்னை திடீரென கண்டுகொண்டு
ஆத்மார்த்தமாகவே
அவர்கள் ஒரு ஹலோ
சொல்லும் பட்சத்தில் கூட
நிஜமாகவே என்னால்
திரும்ப ஒரு புன்னகையை உதிர்க்க முடியாது.
அவ்வளவு பலகீனமாகிவிட்டேன்.
நான் திரும்பிச் செல்லவே முடியாத இடத்தில்
என்னைக் கொண்டுவந்து
நிறுத்திவிட்டனர்.
இதற்கு
அப்போதே என்னை
சாகடித்திருக்கலாம்
அவர்கள்.

அழகு முகம்

எனக்கு
எப்போதுமே இரண்டு முகம் இருந்ததில்லை.
ஒரு முகம் தான் இருந்துள்ளது.
இரண்டு முகத்தோடு இருப்பவர்களைக் காண்கிறேன்.
ஆச்சர்யமாக உள்ளது எனக்கு.
எப்படி இவர்கள்
சட் சட்டென முகத்தை
மாற்றிக் கொள்கிறார்கள் என.
நானும் ஒரு முறை முயன்று பார்த்தேன்.
அசிங்கமாகிவிட்டது.

ராஜ பவனி

கடைத் தேங்காயை எடுத்து
வழிப் பிள்ளையாருக்கு
உடைத்தார்களாம்..
அந்த சிதறிப் போன தேங்காய்
நான்தான்.
பிள்ளையார்,
உங்களில் ஒருவர்தான்..

தரமும் விலையும்

*100% அக்மார்க் தரத்துடன்
வெளியிடப்படுகிறது
ஒரு சிறு பத்திரிகை.
அதன் படைப்புகள்
மானுட கீதத்தை பாடுபவை.
புதிய சமுதாயத்தை
வார்த்தெடுப்பவை.
இலக்கிய விழுமியங்களை
பறை சாற்றுபவை.
அந்தப் பத்திரிகை
காடுகளைக் கடக்கிறது.
நதிகளைக் கடக்கிறது.
மலைகளைக் கடக்கிறது.
கண்டங்களைக் கடக்கிறது.
பிரபஞ்சம் எங்கும் வியாபித்து நிற்குமது
கடைசியில்
பழைய பேப்பர் கடைக்காரனிடம்
கிலோவுக்குப் பத்து ரூபாயென
விலை போகிறது.*

கண்ணிமைக்கும் நேரம்

பந்து ஆட்டத்தில்
இன்னும் இருக்கும் போது
நீங்கள் batting crease ஐ விட்டு
வெளியே சென்றால்
உங்கள் விக்கெட் காலி.
John barristow விவகாரத்தில்
இது தான் நடந்தது.

காற்று வாங்க வெளியே சென்றேன்
என்றெல்லாம் கூறி
தப்பித்துக் கொள்ள முடியாது.
ஆட்டம் என்றால்
ஆட்டம்தான்.
இதுவும் போர்க்களம் தான்.
இன்னொரு வாய்ப்பு கேட்க முடியாது.

கண்ணன் கர்ணனுக்கெதிராக செய்தது,
ராமன் மறைந்து நின்று
அம்பு போட்டது எல்லாம்
மகா அயோக்கியத்தனம்
என கூறுவார் உண்டு.
விதி விலக்கு அனுமதிக்கப்படுகிறது.
விதி விலக்கே
முன்னுதாரணம் அல்ல
(Exceptions are not examples)
என்பார்கள் ஆங்கிலத்தில்.

Technical ஆக சரியென்றால்
அது ethical ஆகவும்
சரியே என்கிறது
நவீன பார்வை.

முதலாளி

எதில் முதலீடு செய்தால்
அதிக லாபம் பார்க்கலாம் என
ஆலோசனை வழங்குகின்றனர்
பொருளாதார நிபுணர்கள்.

தங்கம்
ரியல் எஸ்டேட்
ஷேர்
மியூச்சுவல் ஃபண்ட்
சிட் கமிஷன் என
நீள்கிறது பட்டியல்.

எனக்கந்த ஆர்வம் இல்லை.
முதலில் முதலீடே என் கையில் இல்லை.
இது ஒரு புறம் இருக்க
என்னை ஒருவர் முதலீடு செய்திருக்கிறார்.
அவருக்கு ஓரளவேனும்
பலனளிப்பவனாக இருக்க வேண்டாமா நான்?

ஒளியாய் இருப்பவர்கள்

தாத்தா பாட்டிகள்
பேரன் பேத்திகளிடம்
தோற்றுவிடுகிறார்கள்.
அவர்கள்
எது சொன்னாலும் சரி என்கிறார்கள்
அவர்கள்
எதைச் செய்தாலும் ஏற்றுக் கொள்கிறார்கள்.
பேரன் பேத்திகள் அவர்களுடன் இருப்பது
அவர்களை யாரோ
அரவணைப்பது போல் உள்ளது.
கை பிடித்து
வழி நடத்திச் செல்வது போல் உள்ளது.
தாத்தா பாட்டிகள் இல்லாத உலகத்தில்
பேரன் பேத்திகளால்
என்ன செய்து விட முடியும்?
தங்கள் இருப்பை அவர்கள்
ஒருநாளும் இழந்து விடக் கூடாது என்பதற்காகவே
ஒரு தீப்பெட்டியை
அவர்களிடமே கொடுத்து
அகல் விளக்கை ஏற்றச் சொல்கிறார்கள்.

யாருக்குச் சொந்தம்?

இதுகாறும் அனைவரையும்
இணைத்தது தமிழ்.
ஒரு சாதிக்காரரர் வந்தார்.
அவர் சொன்னார்.
இந்த தமிழ்ச் சொற்களெல்லாம்
எங்களுக்குச் சொந்தம்.
இன்னொருவர் வந்தார்
வேறு சில சொற்களுக்கு
சொந்தம் கொண்டாடினார்.
இப்படியே
முதலியார், செட்டியார், கள்ளர்,
யாதவர், கவுண்டர், மறவர், ரெட்டியார், பள்ளர்,
பிராமணர், நாடார் என அனைவரும் வந்தனர்.
ஆளுக்கு ஆள் தமிழ்ச் சொற்களை
பிரித்துக் கொண்டனர்.
தமிழ் சாதி, சாதி தமிழ் ஆன கதை இதுதான்.

எம் தேவதைகளுக்கு நல்ல புத்தி சொல்லி எம்மிடம் அனுப்பித் தாரும் அய்யா

நான் யாரெல்லாம்
தேவதைகளென்று கருதுகிறேனோ
அவர்களெல்லாம் தேவனை வணங்குகிறார்கள்.
ஒரு பாவமும் செய்யாத இவர்கள்
ஏன் தேவன் முன்
மண்டியிட வேண்டுமென நினைக்கிறேன்.
அவர்கள் உதடுகள் ஓயாது பிரார்த்திக்கின்றன
இந்த சின்ன உதடுகள்
ஜெபம் செய்யத்தானா
என கவலைப்படுகிறேன்...
பைபிளை அணைக்கத்தானா
இந்தக் கைகள் என குழம்பி நிற்கிறேன்...
தேவ ஊழியம் செய்யவா இந்த தேகம்
என கலங்கிப் போகிறேன்.
அவர்களோ தேவனை விடுவதாயில்லை.
நானும் அவர்களை விடுவதாயில்லை.

புத்திசாலிகளுக்கு விளக்கம் தேவையில்லை

என் கவிதை முட்டாள்களுக்கானதல்ல.
புத்திசாலிகளுக்கானது.
அதனால்தான் இவ்வளவு எளிமையாக உள்ளது.
உங்கள் ரசனை குறித்து சந்தேகம் கொள்ள
ஆயிரம் காரணங்கள் உண்டு என்னிடம்.
ஆனால் என் நேர்மை குறித்து சந்தேகப்பட
எதுவுமில்லை உங்களிடம்.
எது கவிதை என்று நம்ப வைக்க
நேரமில்லை எனக்கு.
உங்களுக்கு
அதை விளக்கிக் கொண்டிருக்கும் நேரத்தில்
இன்னொரு கவிதை எழுதுவேன்.

தீரா காதல்

எனக்கும் வலி நிவாரணிக்குமான காதலைச்
சொல்லியே ஆக வேண்டும் நான்.
நானும் அதுவும்
ஒரு நாளும் பிரிந்ததில்லை.
அதைக் காணும் போதே
என் கண்கள் பிரகாசிக்கின்றன.
அதைக் கையில் ஏந்தும் போது
ஆசுவாசம் கொள்கிறேன்.
என் மனம் லேசாகிறது.
என் உடம்பில்
ரசாயன மாற்றத்தை ஏற்படுத்துகிறது.
யார் யாரோ என்னைக் கைவிட்டார்கள்.
அது கை விட வில்லை.
என் வலிக்கு ஒத்தடம் அது.
என் பிணி தீர்க்கும் மாமருந்தது.
எங்களுக்கிடையிலான காதல் பரிசுத்தமானது.
பரிபூரணமானது.

எல்லோரும் ஓடிக் கொண்டிருக்கிறார்கள்

இன்று மைதானத்தில் சிலரைக் கண்டேன்
ஓடிக் கொண்டிருந்தார்கள்
ஒருவர் பெருமையாக வேறு சொன்னார்
நான் 30 வருஷமா ஜாகிங் போறேன்
ஒரு நாள் கூட மிஸ் பண்ணதில்லை
வேறு சிலரும் இதே கருத்தைச் சொன்னார்கள்
ஓடுவது நல்லது என்றார்கள்
எனக்குத் தெரிந்து நிறைய பேர் ஓடுகிறார்கள்
அரசியல்வாதிகள்,
உயர் பதவியிலிருப்போர்,
கல்லூரி மாணவர்கள்...
கலைஞர்கள் கூட
இதற்கு விதி விலக்கல்ல.
நான் ஓடுவதில்லை
அமர்ந்திருக்கிறேன்
எல்லோருடைய ஓட்டத்தையும்
குறித்து வைத்துக் கொள்கிறேன்

தயவு செய்து சொல்வதைக் கேளுங்கள்

பெண்கள் ஆண்களிடமிருந்தும்
ஆண்கள் பெண்களிடமிருந்தும்
விலகி இருப்பதே நல்லது.
இருவருக்குமே
மற்றவரால் ஆக வேண்டிய வேலை
எதுவுமில்லை.
அப்படி ஏதேனும் இருந்தால்
அது வெட்டி வேலைதான்.

இயற்கையைப் பாடுபவன்

ஒரு வசந்தத்தை என்னால் உருவாக்க முடியாது
ஆனால் வசந்தத்தை கொண்டாட முடியும்
ஒரு பனிக்காலத்தை
என்னால் சமைக்க முடியாது
ஆனால் பனிக்காலத்தை ரசிக்க முடியும்
வெயில், மழை, புயல், இடி, மின்னல்
எதுவும் என் வசமில்லை
நான் அவற்றை
காண மட்டுமே முடியும்
அவற்றின் புகழ் பாடலாம்தான்
நதி நீரைக் கைகளில் அள்ளுகிறேன்
நான் அதுவல்லதான்
ஆனால் அது என்னில் உள்ளது

ஒரு நாள் வாழ்க்கை

Fathers' day
Mother's Day
women's day
Valentine's Day
எல்லாம் கொண்டாடியாகிவிட்டது
இது நவீன யுகமல்லவா?
Amazon day,
Flip kart day,
Net flix day,
Amazon Prime Day,
Ex - spouse day,
ex - crush day
என்று ஆரம்பிக்க வேண்டியதுதான்

இது வேறு உலகம்

பிறந்து ஆறு மாதமேயான குழந்தை
அம்மாவிடம் கேட்டது
'அம்மா எனக்கும் பிரியாணி வேணும்'
அம்மா விக்கித்துப் போனாள்
அதற்குள் பேச்சு எப்படி?
புட்டிப் பால் தானே குடிக்கிறான்
கணவனிடம் சொன்னாள்
அவன் 'பிரியாணிய கஞ்சி மாதிரி
கொடுக்கலாமா?' என்றான்
'சும்மா இருங்க வாந்தி வரும்' என்றாள்
'இப்பவே கண்டதையும் வாயில் போடறான்'
அப்படியே நடந்து விட்டது.
ஒருநாள் ஏதோ வாயில் இருக்க
திறடா என்றாள் அம்மா.
தலையை ஆட்டினான் பையன்.
தாடையை அழுத்தி வாயைத் திறந்ததில்
இஞ்சி, பூண்டு, பட்டை, லவங்கம்,
வெங்காயம், தக்காளி, புதினா, நெய்,
கரம் மசாலா பாஸ்மதி அரிசி என
பிரியாணி உலகமே தெரிந்தது.

நீங்கள் கொடுத்து வைத்தது அவ்வளவுதான்

என்னுடைய ஒரு கவிதையால்
உங்கள் மூச்சை நிறுத்த முடியும் என்னால்.
இன்னொரு கவிதையால் உயிர்ப்பிக்க முடியும்.
சாவதற்குத் தயாரா நீங்கள் ?
என்ன, இல்லையா ?
பயமாயிருக்கிறதா ?
அப்படியெனில் போய் வாருங்கள்.
இரண்டு அபாரமான கவிதைகளைத்
தவறவிட்டோர் பட்டியலில்
உங்கள் பெயரையும் சேர்த்துக் கொள்கிறேன்.

எதுவும் செய்ய முடியவில்லை என்னால்

நான்
உண்மை பேச வேண்டும் என்றே விழைகிறேன்
நிறைய பேர் என்னை
பொய் சொல்லும்
நிலைக்கு ஆளாக்கி விடுகின்றனர்
காசு கேட்கின்றனர்
கடனாகக் கேட்கின்றனர்
அவர்கள் தேவைக்கு
ஏதேதோ
காரணம் சொல்கின்றனர்
நான் ஒரு அப்பாவி
என் பங்குக்கு நானும் ஏதோ உளறுகிறேன்
அவர்கள் பொய் சொல்கிறார்கள் என்று
எனக்கும்
நான் பொய் சொல்கிறேன் என்று
அவர்களுக்கும் தெரியும்.
என் காசு என் காசு
என்று சொல்லிக் கொண்டிருக்கும்போதே
என்னிடமிருந்து பிடுங்கி விடுகிறார்கள்
அவர்கள் பொய்யின் தீவிரம்
அவ்வளவு வலுவாக உள்ளது

விளைச்சலின் தரம்

மிகச் சுமாரான
மொழிபெயர்ப்புக் கவிதைகளை
வழங்குகிறீர்கள்.
எனக்குத் தெரியும்
நல்ல கவிஞர்கள்
தங்கள் திராட்சைத் தோட்டமே
கதியென இருக்கின்றனர்.
அவர்கள் எப்போதாவது
சில கவிதைகள் எழுதுகின்றனர்.
யாரோ ஒரு சிலர் மட்டுமே
அவற்றைப் படிக்கின்றனர்.
யாருமே அவற்றை
மொழி பெயர்ப்பதில்லை.
நல்ல கவிஞர்களின் தோட்டத்தில்
தரமான திராட்சைகள் விளைகின்றன.
அவை
உள்ளூர் சந்தையிலேயே
விற்பனையாகி விடுகின்றன.
ஏற்றுமதிக்குச் செல்வதில்லை.

கடவுளுக்குக் கால் சுளுக்கு

அந்தக் காலத்து வீரம் பொதிந்த ஆண்மகன்
தெய்வமாகிவிட்டான்.
கற்பு நிறைந்த பெண்கள்
தெய்வமாக்கப்பட்டனர்.
இன்று
வீரம் மிகுந்த ஆடவன் அபூர்வம்.
கற்பு என்பது
redefine செய்யப்பட்டு விட்டதாக தெரிகிறது.
அதனால்
ஆளுக்கு ஆள் கடவுள்தான்.
ஆட வேண்டியது தான்.
என்ன ஒழுங்காக ஆடாமல்
காலை சுளுக்கிக் கொள்வதுதான்
பரிதாபமாக உள்ளது.

குரு தட்சணை

எல்லா விலங்குகளுமே
மனிதர்களாக ஆசைப்படுகின்றன.
எனவே அவை
மனிதர்களிடம் வந்து
பயிற்சி எடுத்துக் கொள்கின்றன
மனிதர்களுக்கு இளகிய மனமல்லவா?
எனவே தங்களுக்குத் தெரிந்த அனைத்தையும்
விலங்குகளுக்கு
சொல்லிக் கொடுக்க விழைகிறார்கள்
இதற்காக
சற்று கடுமையாகவே
நடந்து கொள்ள வேண்டியிருக்கிறது அவற்றிடம்
இது புரியாமல்
இந்த blue cross போன்ற அமைப்பினர்
மிருக வதை அது இது என குதிக்கின்றனர்
சிஷ்யனிடமிருந்து
கட்டை விரலை காணிக்கையாக
கேட்குமளவுக்கு
மனித குரு ஈரமற்றவர் அல்லர்
போட்டுத் தள்ளி விடுவார்.

இரண்டாவது சூரியன்

பூமி தன்னைத்தானே சுற்றாமல்
சூரியனை மற்றும் சுற்றினால் என்னவாகும்?
பூமியின் ஒரு பகுதி
எப்போதுமே பகலாக இருக்கும்
ஒரு பகுதி இரவாகவே இருக்கும்
அதற்காகத்தான் பூமியின் அந்தப் பக்கம்
செயற்கை நுண்ணறிவின் வழியாக
இன்னொரு சூரியனை உருவாக்கியுள்ளேன்.

அழகிய இளம் பெண்களின் கனவு நாயகன்

காலையில்
பேருந்து நிலையத்தில்
நின்று கொண்டிருந்த போது
அழகிய இளம் பெண்ணொருத்தி
அருகே வந்தாள்
Selfie எடுத்துக் கொள்ளலாமா என்றாள்
திரும்பிப் பார்த்தேன்
பின்னால் யாருமில்லை
என்னைத்தான் கேட்கிறாள்
உற்சாகமாகிவிட்டது எனக்கு
முகத்தைச் சரி செய்து கொண்டேன்
என் கைபேசி எண் வாங்கிக் கொண்டாள்
Forward செய்கிறேன் என்றாள்
மற்றபடி அவள் என்னை அழைக்கவில்லை
நானும் அவளை அழைக்கவில்லை
படம் மட்டும் வந்தது
மறுநாள் அவள் வரவில்லை
வேறொருத்தி வந்தாள்
அடுத்த நாள் இன்னொருத்தி
இப்படியாக
இன்றுடன்
215 அழகிகளுடனான
selfie உள்ளது என்னிடம்.

நாம்தான்

இந்தியாவின் இரும்பு மனிதன் என்று
யாரைச் சொல்வீர்கள்?
நிறைய பேர் பட்டேல் என்பார்கள்
சிலர் சுதாரித்துக்கொண்டு
டாடாவா என்பார்கள்
யாருமில்லை
நான்தான்
சொல்லப் போனால் நீங்களும்தான்
நம்மைக் காய்ச்சி
அடித்து
வளைத்து நிமிர்த்தியெடுக்கிறதே, அரசாங்கம்
இரும்பன்றி வேறு யார் நாம்?

பிறவி மோட்சம்

மரணப் படுக்கையிலிருந்தார்
உறவினர்கள் குழுமியிருந்தனர்
ஆளுக்கு ஒரு வாய்
பால் ஊத்துங்க என்றார் ஒரு பெரியவர்
அவருக்கு பால் பிடிக்காது
காபி தான் பிடிக்கும் என்றாள் அவர் மனைவி
அப்படியே செய்தனர்
இதற்காக
இனி ஒரு ஜென்மமா எடுக்க முடியும்
என நினைத்தவர்
எழுந்து உட்கார்ந்து கொண்டார்.

பேய் கவிதைகள்

- Ghost stories என்கிறார்கள்.
  பயமாகத்தான் உள்ளது

- நவீன கவிதைக்குள் பேய் புகுந்துவிட்டது
  விரட்டுவது சிரமம் தான்

- இரவில்தான் பேய் வரும்.
  எனவே Netflix பார்க்காமல்
  தூங்கி விடுவது நல்லது

- பேய்கள் பீர் குடிக்கின்றன.
  நடனமாடுகின்றன.
  பாட்டுப் பாடுகின்றன.
  மன்னிக்கவும்.
  நான் நண்பர்கள் get together பற்றி
  சொல்லவில்லை.

- பெண்ணுக்கும் பேய்க்கும்
  சம்பந்தமேயில்லை.
  எவனோ கிளப்பிவிட்ட புரளி இது.

- பேய் என்பது மனமே என்கிறார்கள்
  உளவியல் வல்லுநர்கள்.

- பேயாய் உழலும் சிறு மனமே
  என்கிறான் பாரதி.
  சாத்திரப் பேய் என்பதும் அவன் சொல்லே.

- சித்தர்கள் பெண்களை
  தாய் என்றார்கள் (அ) பேய் என்றார்கள்.

- எங்கள் ஊரில்
  பேய் விரட்டுபவர் ஒருவர் உள்ளார்.
  பேய் விரட்டும் போது அவர்தான்
  பேய் மாதிரி தெரிவார்.

- பேயிடம்
  தனியாக மாட்டக்கூடாது என்கிறார்கள்.
  அப்படி மாட்டினால்
  என்ன ஆகும் என்று சொல்வதற்கு
  யாருமில்லை.

- பேய்களுக்கு பணத்தாசை
  இருப்பதாய்த் தெரியவில்லை.
  எனவே அரசியல்வாதிகளின்
  வீடுகளில் அவற்றைக் காண்பது அபூர்வம்தான்.

- துர்மரணமடைந்தவர்களே பேயாக
  உலவுவதாக ஒரு நம்பிக்கை.
  பின் ஆசையில்லாமலா போகும்?

- பேய் கண்ணுக்குத் தெரியாது என்கிறார்கள்.
  சரிதான்.
  தெரிந்தால்தான்
  மனிதன் என்று
  சொல்லிவிடுவோமே?

- Ghost writing என்றொரு வகை உண்டு.
  புகழ் பெற்ற எழுத்தாளர் ஒருவர்
  தன் பெயர் தெரியாமல்
  புகழ் பெற்ற
  இன்னொருவர் கதையை எழுதுவது இது.

- 2k kids யாரும்
  பேய்க்குப் பயப்படுவதாகத் தெரியவில்லை.

- காதலிக்க நேரமில்லை படத்தில்
  நாகேஷ் பாலையாவுக்கு
  பேய்ப் கதை சொல்லும் போது
  யாருக்குத்தான் சிரிப்பு வராது?

- அந்தப் பேய்க் குடும்பத்துக்கு
  தமிழ்ப் பற்று அதிகம்.
  ஒருத்தியின் பெயர்
  "பேயினும் நல்லாள்"

- அடி என்றால் அப்படியொரு அடி.
  நாயடி பேயடி
  என்றொரு வழக்கு உண்டு

- நன்றாகத்தான் இருந்தான்
  திடீரென்று ஷேர் மார்க்கெட் பேய்
  அவனைப் பிடித்துக்கொண்டது

- நடுவுல கொஞ்சம் பக்கத்த காணோம்
  பேய்ப் படமல்ல
  ஆனால் விஜய் சேதுபதிக்கு மட்டும்
  பேயாகத் தெரிகிறது

- பேய்க்கு பிறந்த நாள் கொண்டாடினார்கள்.
  அது தலையை விரித்துப் போட்டு
  ஆடியது.

- நீரின்றி அமையாது உலகு,
  பேயின்றி அமையாது புனைவு.

தேவதைகள் தேவதைகளாக இருக்க வேண்டும்

நீதி தேவதைக்கு
தன்னுடைய உருவம் போரடித்துவிட்டது
இன்னும் எத்தனை நாட்களுக்கு இப்படி
கண்ணைக் கட்டிக் கொண்டு உட்கார்ந்திருப்பது?
கண் கட்டை கழற்றிவிட்டு
cooling glass போட்டுக் கொண்டாள்.
தராசெல்லாம் எதற்கு?
குஷன் சோபா வேண்டுமென்றாள்.
கால் மேல் கால் போட்டுக் கொண்டு
ear phone ல்
பாட்டுக் கேட்க ஆரம்பித்துவிட்டாள்
அம்மா தாயே
நீதி என்பவரிடம்
நீதிமன்ற நடவடிக்கைகளை
பதிவு செய்து அனுப்புங்கள்
வீட்டில் பார்க்கிறேன் என்றாள்
தீர்ப்பு சொல்லும் நாளும் வந்தது
வாய் விட்டு தீர்ப்பை யெல்லாம்
படித்துக் கொண்டிருக்க முடியாது
mail அனுப்புகிறேன்
check செய்து கொள்ளுங்கள்
என்று சொல்லிவிட்டு
swiggy யில் ஒரு cheese burger
order செய்துவிட்டுக் காத்திருந்தாள்

அடிக்கடி ஒளிந்து கொள்பவன்

ஒளிந்து கொள்வதென்றால்
அவனுக்கு மிகவும் பிடிக்கும்
சின்ன வயதில்
ஒளிந்து கொள்ளும் விளையாட்டில்
அவனை மட்டும்
யாராலும் கண்டுபிடிக்க முடியாது
ஏதோ ஒரு இடுக்கிலிருந்து
வெளியே வருவான்
பள்ளியில்
அனைவரும்
மைதானத்தில்
விளையாடிக்கொண்டிருக்க
இவன் மட்டும்
மரத்தின் பின் இருப்பான்
மாப்பிள்ளை பார்க்க
பெண் வீட்டார் வந்த போது
ஆளையே காணோம்
கூட்டி வருவதற்குள்
பெரும்பாடாகி விட்டது
ஏதாவது கூட்டம் என்றாலும்
இப்படித்தான்
கடைசி வரிசையில்
மூலையில் இருப்பான்

பத்திரிகைகளுக்கு கவிதை எழுதுவான்
புகைப்படம் கேட்டால்
அனுப்ப மாட்டான்
எப்படியோ நண்பர்களெல்லாம் சேர்ந்து
அவன் கவிதைத் தொகுப்பு
ஒன்றைக் கொண்டுவந்தனர்
பாராட்டு விழா நடத்தினர்
மேடையில் இருக்க முடியவில்லை அவனால்
யார் யாரோ
ஏதேதோ பாராட்டிக் கொண்டிருக்க
நன்றி என்று சொல்லிவிட்டு
எங்கோ போய் ஒளிந்து கொண்டான்

ஆதாரம் இருந்தால் சிறப்பு

கர்த்தர்
மூன்றாம் நாள் உயிர்த்தெழுந்தது குறித்து
நமக்கு சந்தோஷமே.
என்ன, ஏதேனும் உண்மை கண்டறியும் குழு
இது குறித்து ஒரு அறிக்கை தந்திருந்தால்
இன்னும் கொஞ்சம்
நம்பகத்தன்மையோடு இருக்குமே என
நான் கேட்கவில்லை.
நண்பர்கள் சிலர் கேட்கின்றனர்.

கற்கை நன்றே

வீட்டுக்குள் திருட வந்தவன்
நூலக அறையில் நுழைந்து விட்டான்
புத்தகங்களைப் புரட்டினான்
ஆர்வம் தாங்கவில்லை அவனுக்கு
இலக்கியம் கலை, மொழி,
விஞ்ஞானம், சமூகவியல்
என ஏகப்பட்ட புத்தகங்கள் இருந்தன
டார்வினிலிருந்து பஷீர் வரை....
ஏ.கே. ராமனுஜத்திலிருந்து
ரமீலா தாபர் வரை
படித்துக் கொண்டே இருந்தான்
விடிந்து விட்டது
எழுந்து வந்த குடும்பத் தலைவர் பார்த்தார்
படிப்பவனைத் தொந்தரவு செய்ய
யாருக்கு மனம் வரும்?
மனைவியிடம் சொல்லி
இன்னொரு கப் காபி போடச் சொன்னார்
அக்கம் பக்கத்திலிருப்பவர்களும்
வேடிக்கை பார்க்க ஆரம்பித்துவிட்டனர்
அவன் புகழ் பரவியது
ஒரு கட்டத்தில்
ஊரிலேயே அதிகம் படித்த திருடன்
என்ற பெயரையும் வாங்கி விட்டான்

இன்னமுமா?

ஒரு காலத்தில்
விளைநிலங்களாக இருந்த இடத்தில்
இன்று வீடுகள் வந்துவிட்டன.
ஏரியாக இருந்த இடம்
இன்று பிளாட்டுகளாகிவிட்டன.
சிறுவர் விளையாடிய மைதானம்
தொழிற்சாலையாகிவிட்டது.
இடுகாட்டு இடத்தைக் கூட
விடவில்லை சிலர்.
மனிதன் வாழத் தகுதியான இடம் பூமிதானென
இன்னுமா இந்த உலகம்
நம்பிக் கொண்டிருக்கிறது?

தீர்வு இல்லை

அடிக்கடி மனச்சோர்வு வந்துவிடுகிறது.
என்ன தீர்வு என்று
வலைதளத்தில் தேடினால்
உடற் பயிற்சி செய்யுங்கள்
ஊட்டமான உணவு எடுத்துக் கொள்ளுங்கள்
நன்றாக உறங்குங்கள் என்கிறார்கள்.
என் கதை வேறு
அரசியல்வாதிகளையும்
ஆட்சியாளர்களையும்
நினைத்து வந்த மனச்சோர்வு இது..
ஒன்றும் செய்ய முடியாது.

Contemporary என்பது

கீழ்க்கண்ட ஆங்கில இலக்கிய ஆளுமைகள்
நான் பிறப்பதற்கு முன்னே
இறந்துவிட்டனர்
Ernest Hemingeay,
William faulker,
Virginia Wolf,
Adlous Huxley,
Sylvia Plath,
e.e. cummings,
George Orwell
எனவே அவர்கள்
என் சமகாலத்தவர் இல்லை
ஆனால் கீழ்க் கண்டவர்கள்
என் சமகாலத்தவர் தான்
நான் வாழும் காலத்தில்
இவர்களும் இருந்துள்ளனர்
B, Grahame Greene,
W.H Auden,
Ted Hughes,
Saul bellow,
Charles Bulkoswiki.
John updike,
Samuel Beckett,
Philip larkin
இதில் விசேஷம் என்னவெனில்
பின்னவர்கள் முன்னோர்களுக்கு
சமகாலத்தவராக இருந்துள்ளனர்
எனவே.....

கோழிக்கு வழி விடும் பெண்

சின்னப் பெண் அவள்
சின்னப் பெண் என்றால்
ரொம்பவும் சின்னப் பெண் அல்ல
கல்லூரியில் படிக்கலாம்
சாலை ஓரமாக
நடந்து சென்று கொண்டிருந்தாள்
எதிரே ஒரு கோழி வந்துகொண்டிருந்தது
அதைப் பார்த்து விட்டாள் அவள்...
சற்றே நகர்ந்து அதற்கு வழி விட்டாள்
கோழிக்கு வழி விடும் பெண்ணை
என் வாழ்க்கையில்
முதல் முறையாக
இப்போதுதான் பார்க்கிறேன்

கதையின் லட்சணம்

அந்தக் காலத்து கதைகளெல்லாம்
இப்படித் தொடங்கும்.
ஒரு நாடு இருந்தது.
அதை ஒரு ராஜா ஆட்சி செய்தார் என்று.
இந்தக் காலத்திலும் கதைகள் உள்ளன.
பெரிய மாற்றம் ஒன்றுமில்லை.
ஒரு நாடு இருக்கிறது.
அதை ஒருவர் ஆட்சி செய்கிறார்.
அந்த நாட்டில்
ஒரே வரி...
ஒரே தேர்வு...
ஒரே சட்டம் என்று போகிறது கதை

திரும்பும் வழி

வீட்டுக்கு வழி தெரியாமல்
சுற்றிக் கொண்டிருந்த
65 வயது நபரை
காவல் துறையினர்
அவர் வீட்டில் சேர்த்ததாக
ஒரு செய்தி கண்டேன்
25 வயதில் வழி தவறிய ஒருவன்
சென்றடைந்து விடலாம்.
65 ல் அது சாத்தியமில்லை.

கிறக்கம்

IMFL என்றால்
ஊருக்கே தெரியும்.
IMFP கேள்விப்பட்டுள்ளீர்களா?
Indian Made foreign poetry.
இதுவும் கிட்டத்தட்ட
வெளிநாட்டு சரக்குதான்.
போதைக்குப் பஞ்சமில்லை.

குலப் பெருமை

காந்தாரி சாபத்தால்
யாதவ குலம் அழிந்தது
அனைவருக்கும் தெரிந்ததே.
வீட்டுக்கு வந்த தச்சர்
புதுக் கதை சொன்னார்.
ஏசுவை சிலுவையில் அறைந்ததால்
தச்சர் குலத்துக்கே
பெரும் பழி வந்து விட்டதாம்.
நம்புவதா இல்லையா என்று
குழப்பமாயிருக்கிறது.

வன தேசம்

எம் காட்டில்
நாலு தலை சிங்கம் உள்ளது.
புலி உள்ளது.
மயில் உள்ளது.
பசுக்கள் ஓரளவு பாதுகாப்பாக உள்ளன.
ஆடு, கோழிகளின் பாடு திண்டாட்டம்தான்.
புலி வளரும் இடத்தில்தான்
புல்லையும் வளர்க்கிறோம்.
மற்றபடி
முயல், ஆமை, காக்கா, கரடி கதை சொல்லியே
காலம் தள்ளுகிறோம்.

செருப்படி

அரசியல்வாதியை
செருப்பால் அடிக்க முடியாது.
கைது செய்து விடுவார்கள்.
உங்களை நீங்களே அடித்துக் கொள்ளலாம்.
ஏன் எதற்கு என்று
யாரும் கேள்வி கேட்க முடியாது.

காதலா? காமமா?

சங்க இலக்கியத்தில்
காதல் இருந்ததா காமம் இருந்ததா
என்றொரு கச்சேரி ஓடிக்கொண்டிருக்கிறது.
அது பற்றி நமக்கென்ன கவலை?
மாசக் கடைசியாகிவிட்டது.
பேங்க் பேலன்ஸ்
zero வை நோக்கிப்
போய்க் கொண்டிருக்கிறது.
சங்க காலத்தில் தலைவன், தலைவி,
தோழன், தோழி என
ஏதேதோ அல்கா புல்கா வேலை செய்து
போய்ச் சேர்ந்து விட்டார்கள்.
இந்த அக்கப்போறெல்லாம்
ஆராய்ச்சி செய்து என்ன பயன்?
நண்பர்கள் சொல்கிறார்கள்
அகநானூறு படி புறநானூறு படி
அப்போதுதான் நவீன கவிதை
எழுத முடியுமென்று
இது எப்படியென்றால்
நீ இந்த புரியாத மொழியை படித்து
மண்டையை குழப்பிக் கொண்டிரு
நான் நவீன கவிதை எழுதி
பேர் வாங்கி விடுகிறேன் என்பதாக இருக்கிறது.
சங்க இலக்கியம் இருப்பது
எனக்கும் பெருமை தான்.
அதற்காக கைபேசி போல்
அதை கட்டிக் கொண்டு அழ முடியுமா?
பை த வே,
கிரஷ்ஷிடமிருந்து கால் வருகிறது ப்ரோ,
பிறகு பேசலாம்.

சரக்கு சரியில்லை

நவீன கவிஞன்
நன்றாகக் குடிக்கிறான்.
அவன் விருப்பமது.
ஆனால் குடித்த பின்பாவது
நல்ல கவிதை வருகிறதா என்றால்
அதையும் காணோம்.
இதனாலேயே
குடி மீது
வெறுப்பு
வந்துவிட்டது எனக்கு

படிப்பது எவ்வளவு முக்கியம் தெரியுமா?

இப்போதெல்லாம் மாவட்டத்துக்கு மாவட்டம்
புத்தகத் திருவிழா நடக்கிறது.
நல்ல விஷயம் தான்.
என்னைப் பொறுத்தவரை
வட்டம் தோறும் இது நடக்க வேண்டும்.
ஊருக்கு ஊர் நடக்கவேண்டும்.
தெருவுக்குத் தெரு நடக்க வேண்டும்.
இப்படிச் செய்வதில்
ஒரு நன்மை உள்ளது.
பசி பஞ்சத்தால் மனிதர்கள் செத்தார்கள் என்று
யாரும் சொல்லிவிட முடியாது.
படித்தே செத்தவர்கள் என
அனைவரையும் தியாகியாக்கிவிடலாம்.

தகுதி என்ன?

ஆயிரம் ரூபாய் மகளிர் உதவித் தொகை பெற
குடும்பத் தலைவியின் தகுதிகள் என்ன
தகுதியில்லாதவர் யார் யார்
என்று பட்டியல் வெளியிட்டிருக்கிறது
தமிழக அரசு.
என்னிடமும் ஒரு பட்டியல் உள்ளது.
அரசாளத் தகுதியானவர் யார்
தகுதியில்லாவர் யார் என.
Inbox க்கு வரவும்.

நான் என்ன செய்ய முடியும்?

நான் எழுதிய கவிதை எதுவும்
சட்டென உங்கள் ஞாபகத்துக்கு வரவில்லையா?
அது என் பிரச்சனையில்லை.
உங்கள் பிரச்சனை.

அணியுமாம் தன்னை வியந்து

அரசாங்கத்தின் தலையாய பணி இது.
ஏதோ செய்து கொண்டே இருப்பது போல்
காட்ட வேண்டும்.
அதைத் திறப்பது,இதை மூடுவது,
இந்தத் திட்டத்தை ஆரம்பிப்பது,
அந்த நிகழ்ச்சியைக்
கொடியசைத்து
துவக்கி வைப்பது இப்படி...
விழா நடத்த வேண்டும்.
கூட்டம் கூட்டவேண்டும்.
அறிக்கை விட வேண்டும்.
நானும் ஒரு பணியில் தான் உள்ளேன்.
தினமும் அலுவலகம் முடித்து
வெளியே வந்து
தெருவில் வருவோர் போவோரிடமெல்லாம்
நான் இன்று இன்னென்ன பணிகள் செய்தேன்
என்று சொல்லிக் கொண்டிருப்பதில்லை.
கேட்டால் மக்களுக்காக உழைக்கிறார்களாம்.
நான் மட்டும் என்ன
ஆடு, மாடு, கோழி, குதிரைகளுக்காகவா
உழைக்கிறேன் ?
உங்க வீட்டுப் பணமா என்ன ?
ஊரார் பணம்தானே.
நல்லா பேசுங்க சுய புராணம்.

கவரிமான்

நவீன கவிஞன் முழக்கமிடுகிறான்.
'எனக்கென ஒரு கொள்கை உள்ளது.
கோஷம் உள்ளது.
கொடி உள்ளது.'
ஒன்றுமில்லை அவனிடம்.
வெத்து வேட்டு அவன்.
எங்கே பாதுகாப்பு கிடைக்கிறதோ
அங்கு போய் ஒளிந்து கொள்வான்.
தண்ணியடித்துவிட்டு சைட் டிஷ்ஷாக
முறுக்கு தான் வேண்டுமென அடம்பிடிக்கும்
சல்லிப்பயல் அவன்.
மைக் கிடைத்தால் போதும்.
இந்திரன் சந்திரன் என நீட்டி முழக்குவான்.
கவிதையிலோ அன்பு, பண்பு,
காதல், கருணை என
ஏதேதோ புருடா விடுவான்.
நீ எழுதுவது அப்படியொன்றும்
அப்பீல் ஆகவில்லை என்று
சொல்லிப்பாருங்கள் அவனிடம்.
உங்களை block செய்துவிட்டுத்தான்
மறு வேலை பார்ப்பான்.

கேளா நகரம்

நகரத்தில் நுழைந்ததுமே
ஒருவனுடைய காதுகள் மந்தமாகிவிடுகின்றன.
அவனுடைய செவித்திறன்
வெகுவாகக் குறைந்துவிடுகிறது.
அவன் நகரத்து எல்லையை விட்டு
வெளியே செல்லும் வரை
இந்தப் பிரச்சனை தொடர்கிறது.
அவன் ஏதோ ஒன்றைச் சொல்கிறான்.
நகரத்தின் காதுகளில் அது விழுவதேயில்லை.

நீண்டதொரு கதை

தினமும் அப்பா சொல்லும் கதை
கேட்டுக் கொண்டே
தூங்கிப் போவாள் மகள்.
ஒருநாள்
அவளே
கதை சொல்லத் தொடங்கிவிட்டாள்.
அப்பாவும் உற்சாகமாக
கேட்கத் தொடங்கினார்.
நீண்டு கொண்டே போனது கதை.
ஒரு கட்டத்தில்
அந்தக் கதையில்
அவன் காதலனையும்
ஒரு கதாபாத்திரமாக
இணைத்து விட்டாள்.

போதும்

ஆழ்ந்து உறங்குபவன்
குறட்டை விடுகிறான்.
குறட்டை விடுபவன்
கோட்டை விடுகிறான் என்கிறது ஒரு பாடல்.
தனியொரு மனிதன்
குறட்டை விடலாம்.
தவறில்லை.
ஒரு அரசாங்கமே
குறட்டை விடுகிறது.
அதுதான் பகீரென்கிறது.

நினைப்பது நிறைவேறும்

அவள் ஒரு ஓவியம் போல் அமர்ந்திருக்கிறாள்.
அதனாலென்ன?
அவனிடம் செயற்கை நுண்ணறிவு உள்ளது.
அதை வைத்து
அவளைப் பேச வைக்கிறான்.
அவனிடம் கற்பனை உள்ளது.
அது ஒன்று போதாதா?
அவளிடம் சேர்ந்து குடும்பம் நடத்துகிறான்.
குழந்தை குட்டி பெற்றுக் கொள்கிறான்.
இப்போது எல்லாவற்றையும்
அவன் மெமரியில் சேர்த்து வைக்கிறான்.
வாழ்க்கையில் நிறைய விஷயங்கள்
சாத்தியமின்றி போகலாம்.
டிஜிட்டல் வாழ்வு
எல்லாவற்றையும் அனுமதிக்கிறது.

ஒருவருக்கொருவர்

ஒரு ஜான் சுந்தர்
ஒரு இளங்கோ கிருஷ்ணன்
ஒரு மனுஷ்யபுத்திரன்
ஒரு மேடையில் இருக்க
ஒரு இசை
ஒரு மனநல விடுதி பற்றிப் பேச
ஒரு மாதிரியாக முடிவுக்கு வந்தது
ஒரு கூட்டம்.

தபேலாவும் வயலினும்

நவீன கவிதை எழுத வருபவன்
MSV கேட்க வேண்டும்.
இளையராஜா கேட்க வேண்டும்.
அவன்
பாடல் வரிகளுக்குள்
சென்று விடலாகாது.
இவர்களைக் கேட்டால்
நல்ல கவிதை எழுதி விட முடியுமா என்றால்
உத்தரவாதமில்லை.
கேட்டுக் கொண்டே
கவிதை எழுத மறந்து விட்டாலும்
பாதகமில்லை.

ஒரு நவீன கவிஞனின் உயர்தர சவால்

என்னுடையது கவிதையில்லையென்றால்
வேறு யாருடையது கவிதை?
என்னுடையது
கவிதை என்றால்
வேறு யாருடையது கவிதை?

அவரவர் வழக்கு

நாட்டில் வழக்குகள் அதிகமாகி விட்டன.
ஏகப்பட்ட வழக்குகள்
தேங்கிக் கிடக்கின்றன நீதிமன்றங்களில்.
எனக்கும் இந்த வாழ்வின் மீது
வழக்கொன்று உள்ளது.
நீதிமன்றமெல்லாம் வீண்.
நானேதான் தீர்த்துக் கொள்ள வேண்டும்.

வடித்துக் கொட்டுபவர்கள்

எனக்கு அரசியல்வாதியின் மீது
எந்தக் கோபமுமில்லை.
கோபமெல்லாம்
அவர்கள் தாய் மீதும்,
மனைவி மீதும் துணைவி மீதும் தான்.
என்னத்தை சமைத்துப் போடுகிறார்கள்?
இப்படியா இருப்பான் ஒருத்தன்?

சுப்பு (எ) சுப்ரமணியின் காதல் மொழி

முருக பக்தன் அவன்.
அப்பா வளர்ப்பு அப்படி.
கல்லூரியில்
ஒரு பெண்ணைக் காதலித்தான்.
ஒருநாள் அவளிடம் போய்
'யாமிருக்க பயமேன்' என்றான்.
ஓடியே விட்டாள் அவள்.

குக் வித் கோமாளி

சுமாரான திறமையுடையவர்களே
அரசியல்வாதிகளாக உள்ளனர்.
நல்ல திறமையும் பண்பும் உடையவர்கள்
விலகி விட்டனர்.
அரசியல்வாதியிடம்
வாய்ச் சவடால்தான்.
பத்து பேருக்கு
சமைத்துப் பழக்கப்பட்டவனை
ஆயிரம் பேருக்குச் சமை என்றால்
என்ன செய்வான்?
எதையாவது கிண்டி வைப்பான்.
அதுதான் நடக்கிறது இப்போது.

ராஜ யோகம் என்பது...

அந்தக் காலத்தில் இருந்ததைப் போல்
யானையின் கையில்
மாலையைக் கொடுத்து
அரசனைத் தேர்வு செய்யச் சொன்னால்
அது
என்னை நோக்கியே வரும்.
எப்படி என்றால்
நான் அரசனாகிவிட்டது போல்
இரு முறை
கனவு கண்டேன்.
என் கனவு பலித்து
நான் ராஜாவாக வருவேன் என
ஒரு ஜோசியக்காரன் கூட
சொன்னான்.
இது ஒரு புறமிருக்க,
இந்தக் காலத்தில்
அரசனாக வேண்டுமென்றால்
தேர்தலில் ஜெயிக்க வேண்டும்.
பெரிய ஆதரவு வேண்டும்.
கட்சி துணை நிற்க வேண்டும்.
நான் இன்னும் எந்தக் கட்சியிலும்
அடிப்படை
உறுப்பினராகக் கூட இல்லை.
பின் எப்படி சாத்தியம்?
இந்த நினைவிலேயே
தூங்கிப் போனேன்.
விழித்த போது
தேர்தல் முடிவுகள் வந்திருந்தன.
ஒரேயொரு ஓட்டில்
தோற்றுப் போயிருந்தேன்.

சாகச ஆட்டம்

திருமணமாகாத இளம் பெண் ஒருத்தி
நெருப்பு வளையத்துள்
நுழைந்து வர வேண்டியுள்ளது.
வளையத்துக்கு
அந்தப்புறம் இருப்பவளிடம் சொல்கிறாள்
"அக்கா, எனக்கு பயமாக உள்ளது"
அவளோ
"அதெல்லாம் ஒண்ணுமில்லை...
தைரியமாக வா" என்கிறாள்.
தயங்கித் தயங்கி நிற்கிறாள் இவள்.
நெருப்பும் விடாது போலிருக்கிறது.

Space பற்றி நன்கறிந்தவன்...

எனக்கென
ஒரு space உள்ளது.
வருபவர்கள் வரலாம்.
வராவிட்டாலும் ஒன்றுமில்லை.

உங்களுக்கென்று
ஒரு space இருக்கலாம்.
அனுமதித்தால் வருவேன்.
இல்லையெனில் வெளியேறி விடுவேன்.

நான் ரெடி... நீங்க ரெடியா?

நவீன கவிஞர்கள் யாரும்
அதிமுகவில்
இருப்பது போல் தெரியவில்லை.
இபிஸ் ஓபிஎஸ் என
கட்சி பிளவுபட்டிருப்பது
வேதனையாக உள்ளது.

தமிழக முதல்வர்களிலேயே
முதலிடம் பிடிப்பவர்
இபிஎஸ் என்கிறான்
சமூகவியல் ஆராய்ச்சி செய்த
என் நண்பன் ஒருவன்.
காமராஜருக்கு இரண்டாம் இடமாம்.

ஓபிஎஸ்ஸின் தியானத்தையும்
தர்ம யுத்தத்தையும்
யாரால் மறக்க முடியும்?

டிடிவி தினகரன்? அடடா ...
பொறியாளர் அல்லவா அவர்?
குக்கர் சின்னம்
இருபது ரூபாய் நோட்டு என
என்னமாய் புகழடைந்தார்.

அப்புறம்
சின்னம்மாவை முதலமைச்சராக்கி
அழகு பார்க்க
தமிழகத்துக்குத்தான்
கொடுப்பனையில்லையே
நான்
ஒரு முடிவோடுதான்
இருக்கிறேன்.
இன்னொரு கவிஞரும்
உடன் வந்தால் தேவலை.

மனிதனென்பவன்...

நாட்டில்
பிராமண துவேஷம் அதிகம் உள்ளது.
தலித் துவேஷம் அப்படியே.

முதலியார் துவேஷம்,
நாடார் துவேஷம்,
செட்டியார் துவேஷம்,
ரெட்டியார் துவேஷம்
என்றெல்லாம் கூட இருக்கிறது
வெளியில் பெரிதாய்த் தெரிவதில்லை.
வடக்கு மற்றும் கொங்கு மண்டலத்தில்
இரண்டு சாதியருக்கிடையிலான
துவேஷம் ஊரறிந்தது.
இப்போது
வட மாநிலத்தவர் மேலான துவேஷமும்
அதிகரித்துவிட்டது.

*அப்புறம்
மத துவேஷம்.
இன துவேஷம்.
மொழி துவேஷம் என்று
பட்டியல் நீள்கிறது.
(இது என்ன துவேஷம்
வெறுப்பு என்று
சொல்லக்கூடாதா என்பதும்
காதில் விழுகிறது)

அன்பு செலுத்த
கற்றுக் கொடுக்க வேண்டியுள்ளது.
வெறுப்பு
ரத்தத்தில் ஊறிக் கொண்டுள்ளது*

எனக்கு அவ்வளவு திறமையில்லை

என் நண்பர்கள் பலரும்
என்னைவிட திறமைசாலிகள்.
நன்றாக கவிதை எழுதுகின்றனர்.
நன்றாக பணம் சம்பாதிக்கின்றனர்.
நன்றாக
வாகனம் ஓட்டுகின்றனர்.
நன்றாக காதலிக்கின்றனர்.
திரைத்துறையில்
கால்பதித்துவிட்டனர்.
மேடைகளில் நன்றாகவே பேசுகின்றனர்.

மேலும்
நன்றாக வேஷம் போட்டு
நன்றாக புன்னகை காட்டி
நன்றாக துரோகம் செய்து
நன்றாக கழுத்தை அறுத்து
நன்றாகவே வாழ்கின்றனர்

உங்களால் ஆக வேண்டியது எதுவுமில்லை எனக்கு

நான் ஒரு சொல் பேசுபவன்.
ஒரு பாதையில் செல்பவன்.
சத்தியத்தை நம்புபவன்.
துரோகங்களை
கடந்து விட்டவன்.
உங்களால் ஆக வேண்டியது
எதுவுமில்லை எனக்கு.
நீங்கள் இருக்கும் உயரத்திலிருந்து
உங்களை யாரேனும் தள்ளிவிட்டால்
ஆடித்தான் போவீர்கள்.
எனக்கந்தப் பயமெல்லாம் இல்லை.
நான் எப்போதும் தரையிலிருப்பவன்.
உங்கள் இடத்தில் நான் இருந்தால்
கீழே இருப்பவனை
கை தூக்கி விடுவேன்.
இப்படி
பூட்ஸ் காலால் எட்டி உதைக்க மாட்டேன்

ஒரு உலகமும் இல்லாதவன் ...

1.
நிறைய கவிஞர்களுக்கு
அவர்களுக்கான கவிதை உலகம்
என்றொன்று உள்ளது.
எனக்கு அப்படியெல்லாம்
எதுவுமில்லை.
6/6 அறையொன்றில்
அடைபட்டுவிட்டன என் கவிதைகள்.
அங்கேதான் நான்
உறங்கவும் செய்கிறேன்.

2.
என் கவிதைத் தொகுப்பை
வெளியிட ஆள் இல்லை.
பெற்றுக் கொள்ள ஆளில்லை.
படிக்க ஆளில்லை.
எழுதத்தான்
நான் இருக்கிறேனே...

3.
தொகுப்பு பற்றி
ஏதாவது பேசுவார்
என்று நினைத்த நண்பர்
சும்மா நின்று கொண்டிருந்தார்.
கேட்டால்
வாயடைத்துப் போய் விட்டாராம்.

4.
போதும் போதும் என்ற அளவுக்கு
தொகுப்புகள் போட்டாலும்
போதாது போதாது என்ற அளவுக்கு
கவிதைகள்
எழுத வைத்து விடுகின்றனர்.

5.
எல்லாம் மாயையென்றால்
விழா எதற்கு?
விளம்பரம் எதற்கு?
விளக்கம்தான் எதற்கு?

செயல் விளைவு தத்துவமென்பது...

மானுடர்கள் நாம்.
மன்னிப்பு என்ற சொல்லை
உருவாக்கி அதற்காகக் காத்திருக்கிறோம்.
ஆனால் இந்த வாழ்க்கைக்கு
மன்னிக்கத் தெரியாது.
தண்டிக்க மட்டுமே தெரியும்.
அதனிடம்
கறார்தன்மை மட்டுமே உள்ளது.
கருணையெல்லாம் எதுவுமில்லை.
அப்பீலுக்கு வேலையேயில்லை.
எனவே ஏற்றுக்கொள்ளுங்கள்.
புன்னகை புரியுங்கள்.
விதிகள் ஒரு வேளை
உங்களுக்காக தளர்த்தப்படலாம்.
உத்தரவாதம் எதுவுமில்லை

குறையாகச் சொல்லவில்லை...

நிர்வாகம் ஆள் குறைப்பு செய்கிறது
அரசாங்கம் நிதிக் குறைப்பு செய்கிறது.
நடிகைகள்
ஆடைக் குறைப்பு செய்கின்றனர்.
இதில்
குறையொன்றுமில்லையென்றால்
எப்படி ஏற்றுக் கொள்ள முடியும்?

பழைய பேச்சு

'இதோ, நான் சகலத்தையும்
புதிதாக்குகிறேன் 'என்கிறார்
யேசு பிரான்.
எதுவும் நடந்தபாடில்லை.
சொல்லப்போனால்
நாளுக்கு நாள்
பழசாகிக் கொண்டிருக்கின்றன எல்லாம்.
ஏதாவது exchange offer ல்
இப்போதே
மாற்றிக் கொண்டால்தான் உண்டு.

தனித்தலையும் மானுடம்...

நூற்றாண்டு தனிமை என்கிறார்
காப்ரிலா மார்க்வெஸ்.
தனிமைக்கு ஏது வயது?
முதல் மனிதன் பிறந்த போது
அவனோடு பிறந்தது அது.
கடைசி மனிதன் இருக்கும் வரை இருக்குமது.
நடுவில் ஒரு நூறு ஆண்டுகளை
பிடித்துக் கொண்டு
நூற்றாண்டு தனிமை என்கிறாரே மார்க்வெஸ்.
தனிமையென்பது
தனிமனிதன் சார்ந்தது மட்டுமா?
மானுடம் சார்ந்ததல்லவா அது?

இருவரும் ஒருவர்தான்

எனக்கு
ஒருவரைப் பிடிக்கவில்லையெனில்
அவரிடம் பேச மாட்டேன்.
பழக மாட்டேன்.
What App ல் தொடர்பு கொள்ள மாட்டேன்.
Messenger-க்கு வர மாட்டேன்.
Good morning
Good night எல்லாம் சொல்லமாட்டேன்.
எனக்கு ஒருவரைப் பிடிக்குமென்றால்
அவரிடமும் நான் பேசுவதில்லை.
பழகுவதில்லை.
WhatsApp, Messenger தவிர்த்துவிடுவேன்.
Good morning, Good night message போடுவதில்லை.
இதை
சமீப காலமாகத்தான்
நடைமுறைப்படுத்தி வருகிறேன்.

நீர் ஆள்பவள்

காதலியின் தலையை
நீரில் அழுத்தினான்.
அவள் திமிங்கிலமாக மாறி
அவனையும் உடனிழுத்துக் கொண்டாள்.

நூறும் அதற்கு மேலும்...

லா.ச.ரா. நூற்றாண்டு கண்டு விட்டார்.
நகுலன் கண்டு விட்டார்.
கி.ரா. கண்டு விட்டார்.
கு.அழகிரிசாமியும்.
கலைஞருக்கு
கொண்டாடிக் கொண்டிருக்கிறார்கள்.
இலக்கிய உலகின் ஜாம்பவான்களுக்கு
சிலை கூட இருப்பதாகத் தெரியவில்லை.
கலைஞருக்கு
பேனா நினைவுச் சின்னம் என்கிறார்கள்.
எது அறம் என
வள்ளுவருக்கே சவால் விடும்
நிலை இது.

ஓடிப் போனவன்

ஒரு கவிஞன்
தன்னை விஞ்ஞானியாக நினைப்பது
எவ்வளவு அபத்தம் என
நேற்றுதான் புரிந்து கொண்டேன்.
மனிதர்களின் மனதை
ஆராய்ச்சி செய்யும் என் பரிசோதனைக் கூடத்தில்
நேற்று தீ பரவியது.
ஓடி வந்து விட்டேன்.
ஒரு விஞ்ஞானி
சிதைக்குத் தன்னை
ஒப்படைத்திருப்பான்.

ஒரு அழைப்பு

வீட்டில் தனியாக இருந்தேன்.
யாரோ
யாரையோ
கூப்பிடுவது போலிருந்தது.
ஒரு கணம்தான்.
அப்புறம் அந்தக் குரலைக்
காணவில்லை.

மாற்று வைத்தியம்

ஓடும் போது
கால் சுளுக்கிக் கொண்டால்
என்ன செய்வீர்கள்?
நின்று விடுவீர்கள் அல்லவா?
நானும் அப்படித்தான் நின்று விட்டேன்.
வலி பொறுக்க முடியவில்லை.
உட்கார்ந்து விட்டேன்.
வலி நின்றபாடில்லை.
பூமியில் லேசாகக் குழி பறித்து
பதுங்கிக் கொண்டேன்.

எண் பெயர்

என் கைபேசியில்
இரண்டு சிம்கள் உள்ளன.
இரண்டின் எண்களும்
எனக்கு அத்துபடி.
தூக்கத்தில் யார் எழுப்பிக் கேட்டாலும்
உடனே சொல்லி விடுவேன்.
அன்றொருவர்
என் பெயர் சொல்லி அழைத்தார்.
எங்கோ கேட்டது மாதிரி இருந்தது.

மாணாப் பிறப்பு

ஜெயிலர் படத்தின்
"நூ காவாலய்யா" பாடல்
ஊர் முழுக்க
ஒலித்துக் கொண்டிருக்கிறது.
எனக்கு என்ன வேண்டும் என்று
யாராவது கேட்டால்
நவீன தமிழ்க் கவிதையை
உலகம் பேச வேண்டும் என்பேன்.
இதே கேள்வியை
வள்ளுவரிடம் கேட்டார்கள்.
அவர் சொன்னார்:
"தம்பி பொருளற்ற ஒன்றை
பொருளென்று நம்பி ஏமாந்து போகாதே"
தமன்னாவின் ஆட்டத்துக்கு
விசிலடிக்கும் ஒருவர்
இதை
நினைத்துப் பார்க்க வேண்டுகிறேன்.

இன்னும் நிறைய எதிர்பார்க்கிறேன்

ஒரு லட்சத்து முப்பத்தி எட்டாயிரத்து
நானூற்றிப் பதினாறாவது
நவீன தமிழ்க் காதல் கவிதை
இன்று எழுதப்பட்டு விட்டது.
இதுகாறும்
சுமார்
ஆறு லட்சத்து நாற்பத்து ஏழாயிரம் பேர்
Stake holders ஆக உள்ளனர்.

தலைவியின் கோபம்

அந்தக் காலத்தில்
பெரும்பாலும் ஆண்கள்தான்
காதலில் தோற்றவர்களாக இருந்தார்கள்.
ஒரு தலைக் காதலாக இருக்கும்.
தாடி வளர்த்துக் கொண்டு
கவிதை எழுதினார்கள்.
இப்போதெல்லாம்
பெண்களும்
தோற்க ஆரம்பித்துவிட்டனர்.
பொறுக்க முடியவில்லை அவர்களால்.
பொது வெளியில் வந்து
கவிதை எழுதுகின்றனர்.
"ஏன்டா நாயே, இப்படிப் பண்ண"
எனத் திட்டித் தீர்க்கிறார்கள்.

பெயர் இன்பம்

அவர் பெயரை
இவர் சொல்கிறார்.
இவர் பெயரை
அவர் சொல்கிறார்.
என் பெயரை
நானே சொல்லிக் கொள்கிறேன்.
இன்பமாகத்தான் இருக்கிறது.

எனக்கான டேஸ்ட்

நீங்கள்
சில நவீன கவிஞர்களின் கவிதைகளை
பரிந்துரை செய்கிறீர்கள்.
நானும் அவற்றைப் படித்துள்ளேன்.
எனக்கென்னவோ
அவை தடிமனாக
கொஞ்சம் பூசினாற்போல உள்ளன.
நான் வேண்டுவதோ
ஸ்லிம்மாக
துடுக்காக உள்ள கவிதைகள்.
உங்களை நம்புவது வீண்.
நானே தேர்வு செய்து கொள்கிறேன்.

கண் கட்டு வித்தை

கல்லூரியில் சேர்ந்த அவளிடம்
அம்மா சொன்னாள்.
"ஆம்பிள பசங்கள பாக்காத..
அவங்ககிட்ட பேசாத...
பழகாதே,"
அப்படியே செய்தாள்.
கண்ணைக் கட்டிக் கொண்டாள்.
பேசாமல் சென்றாள்.
காதையும் மூடிக் கொண்டாள்.
ஒருவன் உரசிக் கொண்டு வந்தான்.
அவனை விரட்டி விட்டாள்.
நன்றாகப் படித்தாள்.
கல்லூரியில்
முதல் மாணவியாக வந்தாள்.
அம்மாவின் சொல் மீறவில்லை.
வேலைக்குச் சென்றாள்.
பணம் சம்பாதித்தாள்.
ஒருநாள்
கண் கட்டை அவிழ்ப்பதென முடிவாயிற்று
கண திறந்து பார்த்த போது
உலகமே மாறி விட்டிருந்தது.
அவள் தோழிகள் பலருக்கும்
திருமணமாகி விட்டது.

*சிலர் குழந்தைகள்
பள்ளியில் படித்துக் கொண்டிருந்தனர்.
நிறைய பூக்கள் மலர்ந்திருந்தன.
பறவைகள் பறந்து கொண்டிருந்தன.
வெளிச்சம் பரவி
உலகமே
ஆனந்தமயமாக காட்சியளித்தது.
மீண்டும் கண்ணைக் கட்டிக் கொண்டாள்.*

ஒரு முத்தம் போதும்

என்னை
முத்தமிட வரும் பெண்ணை
தள்ளி வைப்பேன்.
என் கவிதைகளை
முத்தமிடும் பெண்ணை
அள்ளிக் கொள்வேன்.

ஏன் கொண்டாடப்பட வேண்டும்?

சுதந்திர தினத்தைக் கொண்டாட
இரு காரணங்கள் உள்ளன.
ஒன்று
நாம் சுதந்திரமடைந்து விட்டோம்
என்பதற்காக.
இரண்டு
நாம் சுதந்திரமாகத்தான் இருக்கிறோம் என்று
நம்மை நாமே
நம்ப வைத்துக் கொள்ள.

அளந்தவன்

என் நண்பனொருவன் தையற்காரன்.
அவனிடம் பேண்ட், சர்ட்
தைக்கக் கொடுத்தேன் ஒரு முறை.
அளவெடுத்துக் கொண்டான்.
அடுத்த வாரம் வாடா என்றான்.
போனேன்.
மீண்டும்
அளவெடுத்துக் கொண்டான்.
ஏதோ மறந்துவிட்டான் போலென்று
நினைத்துக் கொண்டேன்..
மறு வாரம் சென்றேன்.
மீண்டும் அளவெடுத்தான்.
"என்னடா பண்றே..." என்றேன்
"இல்லடா ஆவரேஜ் பார்க்கிறேன்..." என்றான்.
துணி தைத்து வந்த போது
சம்பந்தமில்லாமல் இருந்தது.
"என்னடா பண்ணித் தொலைச்சே" என்றேன்.
"சரி பண்ணிடலாம்டா...
இன்னொரு முறை
அளவு எடுத்துக்கட்டுமா" என்றான்.
ஓடி வந்து விட்டேன்.

தலை கால்

சென்னையில் ஒருவர் வாழ்வதில்
நிறைய சௌகர்யங்கள் உள்ளன.
தலையில்லாமல்
யாரும் அங்கு வாழ்ந்துவிட முடியாது.
நினைத்த மாத்திரத்தில்
கால் கிடைத்துவிடும்.

பாக்யராஜின் சொற் களஞ்சியத்திலிருந்து...

பாக்யராஜ் இயக்கி நடித்து
1981 ஆம் ஆண்டு வெளிவந்த படம்
"விடியும் வரை காத்திரு"
நான் இதற்கு
கொஞ்சம்
இலக்கிய அந்தஸ்து தர விழைகிறேன்.
எனவே
"மடியும் வரை காத்திரு"

சாகடிக்காதீர்கள்...

இளம் பெண்கள் புடை சூழ நிற்பதை
வெகுவாக நான் வெறுக்கிறேன்.
காரணம் பெரிதாக எதுவுமில்லை.
காற்று வருவதைத்
தடுக்கிறார்கள் அவர்கள்.

கல்லூரி மாணவர்களுக்கு க. நா. சு யாரென்று தெரியாது

கல்லூரி மாணவர்களுக்கு
எப்படிக் கவிதை எழுதுவது என
கற்றுக் கொடுக்க
எனக்கும் ஆசைதான்.
அவரைப் படியுங்கள்
இவரைப் படியுங்களென்று
ஏதாவது சொல்லிக் கொண்டு போகலாம்
ஒன்றும் பயனில்லை.
ஆயிரத்தில் ஒருவர் தேறினால் அபூர்வம்.
என்ன, எல்லோரோடும் சேர்ந்து
Selfie எடுத்துக் கொள்ளலாம்.
ஜாலியாக இருக்குமது.

வருவதும் போவதும்...

இந்த இடத்துக்கு
எப்படி வந்தேன் என்று தெரியவில்லை.
யாரோ ஒருவர்
கொண்டு வந்து விட்டுப்போனது
நினைவிருக்கிறது.
யாரோ ஒருவர் வந்து
அழைத்துப் போவார் என்பதும் நிச்சயம்.
என்னைப் போலவே
நிறைய பேர்
இங்கு உள்ளனர்.
ஒவ்வொருவருக்கும் ஒரு task
கொடுக்கப்பட்டுள்ளது.
முடிந்தவரை
செய்து கொண்டுதான் இருக்கிறோம்.
மற்றபடி task முக்கியமில்லை.
பெயர் அழைக்கப்படும் போது
தயாராக இருக்க வேண்டும்.

கெடுவதென்பது...

வாழ்ந்து கெட்டவர்கள்
எழுதிய கவிதைகள்
இன்னும்
கவிதைகளாக உள்ளன.
மற்றவர்கள் எழுதியதெல்லாம்
கெட்டுப்போய் விட்டன.

பேசாமலேயிருப்பது...

நினைத்த மாத்திரத்தில் ஒருவரிடம்
கைபேசியில்
பேசிட முடிவதில்லை இப்போதெல்லாம்.
முதல் காரணம்
அப்புறம் பேசிக் கொள்ளலாம்
என நினைப்பது.
இரண்டாவது மூன்றாவது
காரணங்களெல்லாம்
அவரவர் உருவாக்கிக் கொள்வது.

நான் அவனில்லை

ஒரு கொள்கைக்காக வாழ்பவன்
அதற்காக
உரிமைக் குரலெழுப்ப வேண்டும்.

என்னிடமோ
கொள்கையும் இல்லை
உரிமையும் இல்லை
குரலுமில்லை.

அடேய்...

ஒருவன் text ஐ வைத்து
அவன் கவிஞனா இல்லையா
என்பது முடிவு செய்யப்பட வேண்டும்.
நீங்கள் என்னடாவென்றால்
தலை முடியின் நிறத்தை வைத்தும்,
காலணியின் தரத்தை வைத்தும்,
அவன் மைக் பிடிக்கும்
style ஐ வைத்தும்
எடை போடுகிறீர்கள்.
நல்லா வருவிங்கடா...

இதற்கெல்லாம் நான் பொறுப்பேற்க முடியாது

பறக்கும் முத்தம் தருவதென்பது
திடீரென்று fashion ஆகிவிட்டது.
நானும் நேற்று
இப்படியொரு முத்தம்
அளித்தேன்.
ஆடிக்காற்றல்லவா...
வேறெங்கோ சென்று விட்டது.

செல்வதல்ல, இருப்பது...

காலத்துக்கு
கடிகாரம் என்ற ஒன்று இருப்பதே
தெரியாது.
அது உணவு மேசையாக உள்ளது.
நாமோ
சூப் அருந்திவிட்டு
குவளையைக்
கழுவி வைக்கிறோம்.

எங்கள் வாழ்வும் எங்கள் வளமும்...

நேற்று ஒரு கனவு.
ஏதோ ஒரு கட்சியின்
பிரதம மந்திரி வேட்பாளராக
நான் அறிவிக்கப்படுகிறேன்.
பிரதமர் மோடி
வீட்டுக்கே வந்து விட்டார்.
"ஜீ... தயவு செய்து நீங்கள்
விலகிக் கொள்ள வேண்டும் "
"ஏன்" என்றேன்.
"எங்கள் அரசாங்கம் செயல்படுத்தும்
பிரதம மந்திரி கிரிஷ் சின்சாய் யோஜனா,
சம்பூர்ண பீம கிராம யோஜனா,
கிராமின் சுவர் ஸர்வேஷான்,
ராஷ்ட்ரிய கிஷோர் சுவஸ்திய
காரிய கிராம்,
பிரதான் மந்திரி ஆவாஸ் யோஜனா,
சுவஸ்திய ரக்ஷா,
தீனதயாள் அந்யோதய யோஜனா
உட்பட பல திட்டங்கள்
நிலுவையில் உள்ளன.
இதையெல்லாம் முடிக்க எங்களுக்கு

இன்னுமொரு வாய்ப்பு வேண்டும்."
"அதெல்லாம் சரி, இதையெல்லாம்
தமிழ்ப் படுத்தி தர முடியுமா?" என்றேன்.
உதவியாளரை அழைத்து விரட்டினார்.
"ஜல்தி... ஜல்தி" என்றார்.
அடுத்த 5 வது நிமிடம்
எல்லா திட்டங்களின் பெயர்களும்
தூய தமிழில் என் கையில் இருந்தன.
விலகி விடுவது குறித்து
பரிசீலித்துக் கொண்டிருக்கிறேன்.
யாருக்கு வேண்டும்
பிரதமர் பதவியெல்லாம்?

ஸ்ரீதேவி எங்கும் போய்விடவில்லை

இன்று ஞாயிற்றுக்கிழமை
காலையிலேயே
காயத்ரி படத்தில் வரும்
'காலைப் பனியில் ஆடும் மலர்கள்
காதல் நினைவில்
வாடும் இதழ்கள்' பாடல்
ஆக்கிரமித்துக் கொண்டது.
சுஜாதாவின் குரலில்
இளையராஜாவின் இசையில்
ஒரு மாயாஜாலம்.
ஸ்ரீதேவி இல்லாத உலகத்தில்
இன்னும் எப்படி சூரியன் உதிக்கிறது?
என்ன ஒரு துள்ளல்...
என்ன ஒரு அசைவு...
என்ன ஒரு வசீகரம்...
தயவு செய்து இந்த
பாடலைப் பார்த்து விடுங்கள்.
உங்கள் ஞாயிறுக்கு அழிவில்லை.

அது அப்படித்தான் நடக்கும்

நாம் உறுதியாக நம்பினோம்
அது நடக்க வேண்டுமென்று.
நாம் உறுதியாக நம்பினோம்
அது நடக்கக் கூடாதென்று.
நடக்க வேண்டும் என்று நம்பியது
நடக்கவில்லை.
நடக்கக் கூடாது என்பது நடந்துவிட்டது.

நாயகனுக்கு தொண்டை வறள்கிறது

தமிழ்ப்பட கதாநாயகர்கள்
நெருக்கடியான நேரங்களில்
ஜன்னல் வழியாக தப்பிக்கிறார்கள்.
வாசல் வழியாக தப்பிக்கிறார்கள்.
கூரையை பிய்த்துக் கொண்டு தப்பிக்கிறார்கள்.
பூமியைப் பிளந்து தப்பிக்கிறார்கள்.
என்னால் அப்படியெல்லாம்
செய்ய முடியவில்லை.
நிலை தடுமாறி
கீழே விழுந்து கிடக்கிறேன்.
பிரச்சனைகள்
என் கழுத்தை நெரிக்கின்றன.
ஒரு மிடறு
தண்ணீர் குடிப்பதற்கான அனுமதியை
எப்படியோ கேட்டுப் பெறுகிறேன்.

Quiet ஆ இருக்கணும்

ஒரு கவர்னர்
என்ன
பேச வேண்டும்
என்ன பேசக்கூடாது
என்பதற்கான
சிறப்பு பயிற்சி வகுப்புகள்
நடத்தவுள்ளேன்.
இதையெல்லாம் செய்வதற்கு
'நீ என்ன பெரிய கவர்னரா'
என்று யாரும்
என்னைக்
கேட்டுவிட வேண்டாம்.

முடிந்தால் என்னுடன் பயணம் செய்யுங்கள்

நான் வேகமாக கவிதை எழுதுபவன்.
என் வேகத்துக்கு
யாரும்
ஈடு கொடுக்க முடியாது.
பதிப்பகங்கள்
கவிதைத் தொகுப்பு உண்டா
என்று கேட்பதற்குள்
நான்கு தொகுப்புகள் முடித்திருப்பேன்.
என்னைக் கவிஞன் என்று
பலரும் அறிவார்கள்.
ஆனால்
என் வீச்சும், வேகமும்
அவர்கள் அறிந்திராதது.
தண்ணீரைக்
குவளையிலும் காணலாம்.
அருவியிலும் காணலாம்.

என் செல்லமே...

என் கவிதை
சுமைதாங்கியாக
இருக்குமெனப் பார்த்தால்
அது
என்னை விட பலவீனமாக உள்ளது.
நான் அழும் போது
அதுவும் உடன் அழுகிறது

மூச்சும் பேச்சும்

'எனக்கும் தமிழ்தான் மூச்சு
ஆனால் பிறர் மேல் அதை
விட மாட்டேன்' என்றார்
ஞானக்கூத்தன்.
என்னால் அவ்வளவு
Passive ஆகவெல்லாம்
இயங்க முடியாது.
நான் சொல்கிறேன்.
'எனக்கு தமிழ்தான் பேச்சு.
ஒன்றிய அரசின்
செவிப்பறை அதிரப் பேசுவேன்.'

அத்வைதம் என்பது...

சிலர் கனவுக்காக
வாழ்க்கையைப் பணயம் வைப்பார்கள்.
சிலர் வாழ்க்கைக்காக
கனவைப் பணயம் வைப்பார்கள்.
சிலருக்கு வாழ்க்கை கனவு
எல்லாம் ஒன்றுதான்.
உண்ண உணவு வேண்டும் அவர்களுக்கு
உடுக்க உடை வேண்டும்.
படுக்கப் பாய் வேண்டும்.

நவீன கவிதை சார் கவிதைகள்

1.
நவீன கவிதை
ரகசிய மொழி என்கின்றனர் சிலர்.
இல்லை அது உரத்துப் பேச வேண்டும்
என்கின்றனர் சிலர்.
எதிரே இருப்பது
மனைவியா
காது கேளாத நபரா
என்பதைப் பொறுத்தே
இது முடிவு செய்யப்படுமல்லவா?

2.
நவீன கவிதையில்
அதற்கு இடமில்லை
இதற்கு இடமில்லை
என்று சொன்ன காலம்
மலையேறி விட்டது.
நான் சொல்கிறேன்.
நவீன கவிதையில்
எல்லாவற்றுக்கும் இடமுண்டு.

3.
நவீன கவிதைக்கு
வரையறுக்கப்பட்ட பாதை
எதுவுமில்லையே என்கிறார்கள்.
எப்படி இருக்க முடியும்?
உண்மைக்கு
இதுதான் முகம் என்று
யாராவது காட்ட முடியுமா?

4.
இந்த வாழ்வின் மீதான
முதல் விமர்சனம்
நவீன கவிஞனுடையது..
நீங்கள் அவனை
கௌரவப்படுத்துவதெல்லாம்
இருக்கட்டும்.
குறைந்தது
புறக்கணிக்காமலாவது இருக்கலாமே.

5.
நவீன கவிதை புரியவில்லையே என்று
புலம்புவதை நிறுத்துங்கள்.
எளிமையான தரமான கவிதைகள்
எவ்வளவோ உள்ளன.
தேடிப் பிடித்து படியுங்கள்.

6.
கவிஞன் ஞானியாகி விடுவான்.
அதற்கு முன்
அவனைப் படித்து விடுங்களேன்,
ப்ளீஸ்.

7.
தண்ணி அடித்தால்
நல்ல கவிதை வருமா என்றால்
இல்லை என்பேன்.
தியானம் செய்யுங்கள்.

8.
இன்னொரு திருக்குறள்
நவீன கவிதையில்
சாத்தியமா என்று தெரியவில்லை.

9.

சூரியன் மேற்கில் உதித்தாலும் உதிக்கும்.
நவீன கவிஞுனின் தொகுப்பு
நூறு பிரதிகள் விற்குமா?

10.

சங்கம் நம் வாத்தியார்.
நவீனத்துவம்
வாடா போடா எனும்
நம் நண்பன்.

நெஞ்சை நிமிர்த்திக் கொண்டு...

உயர்தர விமானங்கள் பறக்கும்
நாட்டில் வாழ்கிறேன்.
ராணுவத் தடவாளங்கள்
இறக்குமதி செய்யும்
நாட்டில் வாழ்கிறேன்.
டிஜிட்டல் புரட்சி
நடைபெற்றுக் கொண்டிருக்கும்
நாட்டில் வாழ்கிறேன்.
G - 20 நாடுகளின் உறுப்பினராக இருக்கும்
ஒரு நாட்டில் வாழ்கிறேன்.
ஜிஎஸ்டி வரிவசூலில்
சாதனை செய்யும்
நாட்டில் வாழ்கிறேன்.
பொருளாதாரம்
இன்னும்ஆட்டம் காணாத
ஒரு நாட்டில் வாழ்கிறேன்.
'அச்சி தின்" என எழுச்சியுரை ஆற்றும்
பிரதமர் ஆளும்
இந்த நாட்டில்தான் வாழ்கிறேன்
என் நாடு, என் பெருமிதம்.

நீள் எழுத்து

அரசியல்வாதிகள்
பல்வேறு சுவர்களில்
தங்கள் பெயர்களை
நீளமாக எழுதிக் கொள்கின்றனர்.
எனக்கும் இப்படி ஒரு ஆசை வந்தது.
'தபசி' என்ற என் பெயரை
கன்னியாகுமரியிலிருந்து
கும்மிடிப்பூண்டி வரை எழுதினேன்.
மிகப் பெரிய எழுத்துகள் அல்லவா?
உங்கள் கண்களுக்குத் தெரிந்திருக்க
வாய்ப்பில்லை

தாயும் சேயும் நலம்

தன் குழந்தையை
கடித்துக் கொண்டே
(முத்தமிட்டுக் கொண்டல்ல)
பேருந்தில் பயணம் செய்யும்
ஒருத்தியைக் கண்டேன்.
குழந்தை
அழுகிறதா சிரிக்கிறதா
உறங்குகிறதா
என்பதெல்லாம்
என் இருக்கையிலிருந்து
தெரியவில்லை.
மேலும்
இல்லாத ஒரு குழந்தையை
யாரும் கடிக்க முடியாது என்பதையும்
ஒருவாறு ஊகித்துக் கொண்டேன்.

மிட்டாய் உலகம்

அப்பாவுடன் கடைக்கு வந்த குழந்தை
அடம் பிடித்து அழுதது
"அப்பா, எனக்கு
சாக்லேட் மிட்டாய் வேணும்"
அப்பா சொன்னார்
"அதெல்லாம் வேணாம்.
பிஸ்கட் வேணும்னா வாங்கித் தரேன்"
குழந்தை சொன்னது
"பிஸ்கட் மிட்டாய் வேணாம்.
சாக்லேட் மிட்டாய்தான் வேணும்"
ஏதோ சொல்லி
அழைத்துப் போனார் அப்பா.
வீட்டுக்குப் போன குழந்தை
அம்மாவிடம் அடம் பிடித்து
அழுதிருக்கக்கூடும்
"எனக்கு சோறு மிட்டாயெல்லாம்
வேணாம்.
சாக்லேட் மிட்டாய்தான் வேணும்"

இனி திருத்த முடியாது

தமிழ் சினிமா
எப்போதிலிருந்து
உருப்படாமல்
போனது என்று பார்த்தால்
1950 களிலேயே தொடங்கி விட்டதாக
அறிகிறோம்.

நாமெல்லாம்
எப்போதிலிருந்து
உருப்படாமல்
போனோம் என்று பார்த்தால்
அது
ஆதாம் ஏவாள் காலத்திலிருந்தே
என்றுதான் கருத வேண்டியுள்ளது.

களைத்துப் போனவர்கள்

எதிரி
யாரென்று தெரிந்துகொண்டு போராடுவது
ஒரு வகை.
எதிரி
யாரெனத் தெரியாமலேயே
போராடுவது மற்றொரு வகை.
எதிரி இல்லாமலே
போராடிக் கொண்டிருப்பது
மூன்றாவது ரகம்.
ஐம்பது வயதுக்கு மேற்பட்டவர்கள்
மூன்றாவது ரகத்தில்
வசமாக சிக்கிக் கொள்கிறார்கள்.

சாவுங்கடா

நரம்புகளில் முறுக்கேற்றுவதற்காக
'செய் அல்லது செத்து மடி'
என்ற சொற்பிரயோகம்
நீண்ட நாட்களாக
பயன்படுத்தப் பட்டு வருகிறது.
எனக்கொரு சிறு சந்தேகம்
சாவது வேறு மடிவது வேறா
விபரம் தெரிந்தவர்கள் விளக்கவும்.

ஆடு பலி ஆட்டம்

அன்று ஞாயிற்றுக்கிழமை.
என் முதலாளி என்னை அழைத்தார்.
ஒரு ஆட்டைக் காட்டி
அது
தனக்கு மதிய உணவாக வேண்டுமென்றார்.
நான் அதைக் கொண்டுபோய்
காட்டில் விட்டு விட்டேன்.
அங்கே ஒரு புலி
அதை
அடித்துத் தின்று விட்டது.
இந்த உண்மையை
என் முதலாளியிடம் சொல்ல
எனக்கு நான்கு ஆண்டுகள் பிடித்தன.
அவர் சைவமாகிவிட்டார்.
இப்போதும் நான்
ஆடுகளின் பக்கம்தான் என்றால்
நம்ப மறுக்கிறார்.

இசைப்பவன்

என்னிடம் ஒரு புல்லாங்குழல் கொடுத்தால்
அதிலிருந்து
நாதஸ்வர ஓசையை வரவழைப்பேன்.
வயிலின் கொடுத்தால்
வீணையின்
அதிர்வலைகளை மீட்டுவேன்.
இப்படியே
மிருதங்கத்திலிருந்து
கடத்தின் ஓசையும்
தபேலாவிலிருந்து
தவிலின் லயத்தையும்.
இது எப்படி சாத்தியம் என்று
நீங்கள் கேட்கலாம்.
என்னிடம் எந்தப் பதிலுமில்லை.
எது சாத்தியமோ
அதற்கு மீறிய ஒன்றை
ஏதோ ஒன்று
என் வழியாகச் சாத்தியப்படுத்துகிறது.

இணைப்பு

முகநூலில்
நான் எழுதும் கவிதைகளுக்கு
லைக் போடுபவர்கள்
நான்கைந்து பேர் மட்டும்.
அவர்களுக்கு முதலில் என் நன்றி.
அப்புறம்
ஒரு கவிதையும் விடாமல்
லைக் போடும் ஒரே நபர்
ந அழகிய அத்தியூர் அவர்கள்.
வசீகரமான
இந்தப் பெயருக்குரியவரை
நான் அறிவேன்.
அவர் ஞாநாதி
என்ற பெயரிலும் எழுதுவார்.
இலக்குமி குமாரன் ஞானதிரவியம் என்றால்
நிறைய பேருக்குத் தெரியும்.
இனிமேல்
முகநூலில் கவிதை எழுதாமல்
அவருக்கு மட்டும்
படித்துக் காட்ட திட்டமிட்டுள்ளேன்.
படிப்பது என்றால் படிப்பது அல்ல.
கவிதை எழுதிவிட்டு
சும்மா நான் அதை
பார்த்துக் கொண்டிருப்பது.
அந்த நேரத்தில்
அவருக்கும் அது சென்றுவிடும்.
அவர் மட்டுமல்ல,
யார் வேண்டுமானாலும்
இதை உணரலாம்.
என்ன இணைந்திருக்க வேண்டும்.

கொலைகார நண்பர்கள்

நண்பர்கள் முதுகில் குத்துவது
அந்தக் காலம்.
சமீபமாக trend மாறிவிட்டது.
என்ன சாரே என்று விளிக்கிறார்கள்.
பல் காறை தெரிய சிரிக்கிறார்கள்.
தலையில் சம்மட்டியால் அடிக்கிறார்கள்.
சல்ஃபூரிக் அமிலத்தில்
உடலை முக்கி எடுக்கிறார்கள்.
இப்படித்தான் ஒரு நண்பனிடம்
மாட்டிக் கொண்டேன்.
தப்பித்து வருவதற்குள்
போதும் போதும் என்றாகிவிட்டது.

தலையெல்லாம் ஐஸாக...

அழகிய பெண்ணைப்
பார்க்கும்போது
கண்கள்
குளிர்ந்து விடுகின்றன.
புகழுரை கேட்கும் போது
காதுகள் குளிர்ந்துவிடுகின்றன.
அத்தர் மணத்தில் நாசியும்
ஐஸ்கிரீம் சுவையில் நாவும்.
நினைத்தது நிறைவேறி விட்டால்
மனமும் கூட.
இப்படியே குளிர்ந்து குளிர்ந்து
ஒருவன்
நடமாடும் பனிமலையாக மாறிவிட்டால்
எவ்வளவு நன்றாயிருக்கும்.

மூளை என்ன செய்யும், பாவம்

நாம்
மூளையை எப்படிப்
பழக்கப்படுத்த வேண்டும்
என்பதைச் சொல்ல
நிறைய வழிகாட்டி புத்தகங்கள்
வந்துவிட்டன.
மூளை
ஒரு சூப்பர் கம்ப்யூட்டர் என்கிறார்கள்.
நீங்கள் என்ன நினைக்கிறீர்களோ
அதுவாகவே மாறி விடுவீர்களாம்
என் மூளையிடம் கேட்டேன்.
"நீ அப்படியா?"
அதற்கு
பதில் சொல்லவே தெரியவில்லை பாவம்

சின்ன விஷயம்...

சிலருக்கு
யானையைக் கண்டால் பயம்.
சிலருக்கு
பூனையைக் கண்டால் பயம்.
எலி பயம் உள்ளோரும் உண்டு.
கொசுவுக்கு பயப்படுவோர் அநேகம்.
மனைவி பயம் பற்றி
கேட்கவே வேண்டாம்.
உயரத்தைக் கண்டும்
நீர் நிலைகளைக் கண்டும்
பயப்படுபவர்கள் உள்ளனர்.
என் நண்பன் ஒருவனுக்கு
வித்தியாசமான பயம்.
சுண்டலைக் கண்டால் பயப்படுகிறான்.
மருத்துவரோ
பயப்பட ஒன்றுமில்லை
என்று கூறிவிட்டார்.

ஒரு தடவ சொன்னா...

மாவீரனில் பாருங்கள்.
சிவ கார்த்திகேயனுக்கு
அவ்வப்போது ஒரு குரல் கேட்கிறது.
கொஞ்ச நேரத்துக்காவது
வீரனாக இருக்க முடிகிறது
நம் கதாநாயகனால்.
ஆனால் அப்படி எந்தக் குரலும்
கேட்பதில்லை எனக்கு.
சில மாதங்களுக்கு முன் மட்டும்
ஒரேயொரு முறை கேட்டது:
"இந்த இலக்கியவாதிங்ககிட்ட
கொஞ்சம்
ஜாக்கிரதையாகவே இரு.
சும்மா தண்ணிய போட்டுட்டு
சலம்புவானுங்க"
அதற்குப் பிறகு
அதுவும் நின்று போய்விட்டது.

வெகு தூரத்தில் இருந்து கொண்டு

ட்ரோன்களின் உலகமாகிவிட்டது இது.
கல்யாண மண்டபங்களிலும்
கல்லூரி விழாக்களிலும் ஆச்சர்யமாக
ட்ரோன்களைப் பார்த்தோம்.
ஐ. குட்டி பிளேன் என
குதூகலித்தனர் குழந்தைகள்.
இப்போது
ட்ரோன்கள் இல்லாத இடமே
இல்லை என்றாகிவிட்டது.
வயலுக்கு பூச்சி மருந்து தெளிப்பதிலிருந்து
வாகனப் போக்குவரத்தை கண்காணிப்பது வரை
ட்ரோன்களின் ஆதிக்கம்தான்.
ட்ரோன்களை இயக்கும் பயிற்சியில்
நான் கூட
தேர்ச்சி பெற்றுள்ளேன்.
ரிமோட் மூலம் எது வேண்டுமானாலும்
செய்து கொள்ளலாம்.
இதில் விஷேசம் என்னவென்றால்
நானே ஒரு ட்ரோன்தான்.
அங்கும் இங்கும் செல்கிறேன்.
ரிமோட்டை இயக்குபவர்
எங்கோ தூரத்திலிருக்கிறார்.

படமும் பரிசும்

சமீபத்தில் வெளியான ஒரு படம் பார்க்க
திரையரங்கம் சென்றிருந்தேன்.
படம் முழுக்க சண்டை.
கத்தி, துப்பாக்கி, ரத்தம்தான்.
ஒரு காட்சியில் கதாநாயகன்
எதிரிகளை வெட்ட
தெறித்த ரத்தம்
படம் பார்த்துக் கொண்டிருந்தவர்
மீதும் விழுந்தது.
இடைவேளையில்
ரத்தக் கறையை
கசக்கிக் கொண்டிருந்தனர் அனைவரும்.
நானோ
வீட்டுக்குப் போகலாமென
முடிவெடுத்தேன்
இல்லை
இனிமேல்தான் கதையே என்றனர்.
அதையும் நம்பினேன்.
இரண்டாம் பாதியிலும்
ஆக்ஷன்,
அதிரடி தான்.
ஒரு வழியாக படம் முடிந்து
வெளியே வந்தேன்.
இரு சக்கர வாகனத்தின்
சாவி எடுக்கலாமே என
பையில் கைவிட்ட போது
ஏதோ ஒன்று தட்டுப்பட்டது.
என்ன என்று பார்க்க
வெளியே எடுத்தேன்.
வேறொன்றுமல்ல அது.
ஒரு கைத்துப்பாக்கிதான்.

கேள்வி நேரம்

24 வருடங்கள் கழித்து
இந்தப் படத்தின் வாயிலாக
நீலாம்பரி (எ) ரம்யா கிருஷ்ணனை
ரஜினியுடன்
சேர்த்து வைத்திருக்கிறார்கள்.

நம் கேள்வியெல்லாம் இதுதான்
படையப்பா எங்கே?
முத்துவேல் பாண்டியன் எங்கே?

கே.எஸ் ரவிகுமார் எங்கே?
நெல்சன்தான் எங்கே?

முதிர்வு என்பது...

குழந்தைக்கு வயது 3.
அம்மாவுக்கு வயது 30.
முப்பது வருடம் கழித்து
புது அம்மாவுக்கு 33 ஆகிறது.
பழைய குழந்தைக்குத்தான்
110 வயதாகிவிட்டது.

ஏழைத் தந்தையின் மகன்...

அடுத்த பிரதமராக
மீண்டும் மோடி வரவேண்டுமா(அ)
ராகுல் காந்தி வர வேண்டுமா
என்றொரு கருத்துக் கணிப்பு
ஓடிக் கொண்டிருக்கிறது.
என்னைக் கேட்டால்
இருவருமே வேண்டாம் என்பேன்.
நான் வந்தால் தேவலை.
என் தந்தையார்
தன் இளமைக் காலத்தில்
மிகவும் கஷ்டப்பட்டவர்
ஒரு கிராமத்துப் பள்ளிக் கூடத்தில்
ஆசிரியராக இருந்தவர்.
ஏழ்மையான வாழ்க்கை வாழ்ந்தவர்.
140 கோடி மக்களின் தலைவனாக
ஒரு ஏழைத் தந்தையின் மகன்
இருக்கக் கூடாதா?

என் பெயர் அகத்தியன்

நேற்று ஒரு வேலையாக
பவானி வரை சென்றிருந்தேன்.
தாகமாக இருந்ததால்
காவிரியை
வாட்டர் பாட்டிலுக்குள்
அடைத்து வைத்தேன்.
என்னுடன் வந்தவர்கள்
காவிரி பார்க்க முடியாமல் திரும்பினார்கள்.
வாட்டர் பாட்டிலை தட்டி விட்டேன்.
காவிரி உற்சாகமாய் ஓடத் தொடங்கியது.

தீராத வழக்கு

தேவதேவனும்
தேவதச்சனும்
இருக்கும் இடத்தில்
திவ்யா ஈசன் இருக்கக்கூடாது என்பதால்
ஆத்மாநாமை
கொலை செய்துவிட்டு
க.நா.சு. வை
காவலுக்கு
வைத்துவிட்டுப் போனார்கள்.
இதைப் பார்த்த ஜெ.ரோஸ்லின்
காவல் நிலையம் போக
ரைட்டர் இடத்தில் இருந்தது
விக்கிரமாதித்யன் அண்ணாச்சி.
முதல் தகவலறிக்கையில்
முருகேச பாண்டியன் பெயரும்
யுவன் சந்திரசேகர் பெயரும்
இடம் பெற்றிருந்ததாகக் கேள்வி.
இன்னும் யார் யாரோ?
வழக்கு முடிய
பல காலமாகும் போல.

என் வழி தனி வழி

மேலும்
பாவங்கள் செய்தவர்களை
கர்த்தர் காப்பாற்றட்டும்.

மேலும்
பாவங்கள் செய்தவர்களை
பெருமாள் காப்பாற்றட்டும்.

மேலும் பாவங்கள் செய்தவர்களை
அல்லா காப்பாற்றட்டும்.

நான் காப்பாற்ற மாட்டேன்.
நான் ஜெயிலர்டா...

(சமர்ப்பணம்: பணி ஓய்வு பெற்று நடக்கக் கூட சக்தியில்லாமல் படுக்கையிலிருக்கும் அனைத்து ஜெயிலர்களுக்கும்)

சமையல் சதுரங்கம்

அவருடைய வியூகம்
முதிர்ந்த செஸ் வீரரின்
வியூகத்தை
நினைவு படுத்துவதாக அமைகிறது.
எதிரணியில் யார் என்பது பற்றி
அவருக்குக் கவலையில்லை.

சமையல் எரிவாயு
பயன்படுத்தும்
ஒரு ஏழை விவசாயியின்
வீட்டில் நுழைகிறார்.
அப்போதுதான்
தயார் செய்யப்பட்ட
சப்பாத்தி குருமாவை
ரசித்து உண்கிறார்.
உணவு நன்றாக இருந்தது
என்கிறார் அவர்களிடம்.

அவர்களின் குறைகளை
அக்கறையுடன் கேட்கிறார்.
வெளியே நிற்கும் நிருபர்களிடம்
அரசாங்கம் அளித்துள்ள
மானயம் பற்றி பேசுகிறார்.
பொருளாதாரம் என்கின்றனர் அவர்கள்.
அதெல்லாம் வலுவாக
உள்ளதாக விளக்குகிறார்.

செஸ் விளையாட்டில்
காவு கொடுப்பது சாதாரணம்.
இங்கே பொருளாதாரம்
காவு கொடுக்கப்பட்டதாகக்
கருதுகின்றனர் நிபுணர்கள்.

அதனாலென்ன?

யுக்தி இது.
ஆட்டம் கை நழுவிப்
போய்விடக்கூடாதல்லவா?

மலரும் மணமும்

ஒரு செடியில்
தினமும் ஒரு மலர் மலர்கிறது.
மலர் என்றால்
மணம் வீசும் வேண்டுமல்லவா?
நேற்றைய மலரில்
அப்படி ஒரு துர்நாற்றம்.
அனைவரும் முகம் சுளித்து ஓடினர்.
செடிக்கே வெட்கமாகிப்
போய்விட்டது.
ஒரு மலரால்
தோட்டமே பாழாவது
துரதிஷ்டவசமானது.
இன்றைய பொழுதை
புது மலரிலிருந்து தொடங்கலாம்.
ஒவ்வொரு மலருக்கும்
ஒருநாள்தான் வாழ்வெனினும்
பொறுப்பற்ற முறையில்
பூத்து விட முடியாதல்லவா அது?

ஆசுவாசம்

நான் பல மொழிகளில்
சரளமாகப் பேசுவேன்.
எந்த மொழியில் பேசினாலும்
கொஞ்ச நேரம்
வாயை மூடும் போதுதான்
நன்றாக உள்ளது.

எனக்கான வேஷம்

சிவ கார்த்திகேயனுக்கு
மாவீரன் வேஷம்
பொருந்துகிறதோ இல்லையோ
எனக்கு
கோமாளி வேஷம்
சரியாகவே பொருந்துகிறது.
என்ன,
அடுத்தவர்
சிரிக்க வேண்டுமே என்பதற்காக
சில்லித்தனமான
வேலையெல்லாம் செய்வதுதான்
கொஞ்சம் வருத்தமாயிருக்கிறது.

புத்தர் கவிதைகள்

1.
புத்தர்
பெரும்பாலும் பேசுவதில்லை.
பேசும்போது
உண்மையை மட்டுமே பேசுகிறார்.

2.
சும்மா இருக்கச் சொல்கிறார் புத்தர்.
சொல்லிவிட்டு
சும்மா இருக்கிறார்.

3.
புத்தருக்கு
பருவ நிலைகள் பற்றிய
கவலையில்லை.
வசந்தத்தை
அவரே உருவாக்கிக் கொள்கிறார்.

4.
பெண்களைக் கண்டு
நகர்ந்து செல்கிறார்.
அவர்கள் வணக்கத்தை
அன்புடன் ஏற்றுக் கொள்கிறார்.

5.
மனைவி குழந்தையை
விட்டுவிட்டு ஓடிய ஆள் என
அவர் காதுபட பேசுகிறார்கள்.
கண் மூடி அமர்ந்திருக்கிறார்.

6.
மௌனத்தை
ஆழ்ந்து சுவாசிக்கிறார்.

7.
ஆசையின் பிறப்பிடம்
எது என கண்டுகொண்டவருக்கு
ஞானம் கை கூடும்.

8.
எல்லா சாதனைகளும்
புத்தரிடம் முற்றுப் பெறுகின்றன.

9.
அரசனால் கூட
மக்களுக்கு வழங்க முடியாததை
அவர் வழங்கினார்.
அரச பதவியைத் துறந்த பின்
அதை வழங்குகிறார்.

10.
புத்தரின் சாம்ராஜ்யம்
கண்ணுக்கெட்டாதது.
11.
தீட்சை என்பது வார்த்தையில்லை.
வாழ்வியல் முறை.

12.
யார் யார் கண்களுக்கோ
புத்தர் தென்பட்டார்.
எல்லோர் கண்களிலிருந்தும்
விலகி மறைந்தார்.

13.
புத்தரின் போதனை
மிக எளிமையானது.
அது மகான்களுக்கானது அல்ல.
மக்களுக்கானது.

14.
தர்மம் பயிலும் யாரும்
புத்த சங்கத்தில் சேரலாம்.

15.
புத்தர் தன் கையால்
யாருக்கும் எதுவும் தருவதில்லை.
அவரிடம் வருபவர்கள்
நிறைவாக செல்கின்றனர்.

16.
ஏதேதோ இருக்கிறது
என்ற மதங்களுக்கு மத்தியில்
எதுவுமில்லை என்பதை நிரூபிக்கிறார்.

17.
அன்பு வழியை
கருணை மனதை
கைக் கொள்ளும் யாரும்
புத்தரை வணங்கலாம்.

18.
புத்தர் யார் மீதும்
போர் தொடுக்கவில்லை.
நடந்து சென்றே
தன் எல்லைகளை
விரிவு படுத்துகிறார்.

19.
தோட்டத்தில், வரவேற்பறையில்,
மேசையில் என
எங்கு வேண்டுமானாலும்
யார் வேண்டுமானாலும்
புத்தர் சிலையை
வைத்துக் கொள்ளலாம்.
வழிபடுவது வேறு.
வழி நடப்பது வேறு.

20.
களங்கமற்ற மனிதன்
புத்தன் என அழைக்கப்படுவான்.

21.
எல்லா காலங்களிலும்
புத்தர்கள் இருக்கின்றனர்.
பூமியை சுழல விடுவதோடு
அவர்கள் பணி முடிந்தது.

கலையாவது கத்திரிக்காயாவது...

இளம் வயதில்
ஆர்ட் ஃபிலிம்
மட்டுமே பார்ப்பேன்.
DD யில் போடுவார்கள்.
ஒரு கட்டத்தில்
கமல் ரஜினி படங்களும்
பார்க்க ஆரம்பித்தேன்.
பிறகு
பேய், த்ரில்லர்,
காமடி என genre வித்தியாசமில்லாமல்
பார்க்கத் தொடங்கினேன்.
இப்போது
குடும்பத்தாரோடு
ஒன்றாக உட்கார்ந்து
பாண்டியன் ஸ்டோர்ஸ்,
பாக்கியலட்சுமி,
சிறகடிக்க ஆசை
பார்த்துக் கொண்டிருக்கிறேன்.
யாராவது என்னிடம் வந்து
ஆர்ட் ஃபிலிம் என்றால்
சிரிப்புதான் வருகிறது.

விற்பன்னர்கள்

கார் ஓட்டுபவர்களுக்கு
கார் ஓட்டுவது
எளிதான வேலையாயிருக்கிறது.
புல்லாங்குழல் வாசிப்பவர்களுக்கு
புல்லாங்குழல் வாசிப்பதில்
ஒரு பிரச்சனையும் இருப்பதில்லை.
நாய் வளர்ப்பவர்களுக்கு
நாய் பராமரிப்பு சுலபமானதே.
அல்வா கிண்டுபவர்களுக்கு
அல்வா தயாரிப்பென்பது
செம ஈஸி.
எனவே வாழ்பவர்களுக்கு
வாழ்க்கை ரொம்ப ரொம்ப
சிம்பிள்தானே ?

ரசிகனுக்கு மரியாதை

நேற்று பாருங்கள்
இந்தியா பாகிஸ்தான் கிரிக்கெட் போட்டி
மழையால் தடைபட்டு விட்டது.
ஆளுக்கு ஒரு புள்ளியாக
பிரித்துக் கொடுத்துவிட்டார்கள்.
என்ன அநியாயமிது?
மழை வந்தாலும்
போட்டி தொடர்ந்து நடக்குமாறு
செய்ய வேண்டாமா?
மைதானத்தை
குடை போல் மூடலாமல்லவா?
இந்த விஞ்ஞான யுகத்தில்
இது சாத்தியம்தானே?
மழை மட்டுமல்ல,
இடி, மின்னல், புயல், சூறாவளி,
பசி, பஞ்சம், பட்டினி
எது வந்தாலும்
போட்டி தொடர்ந்து
நடைபெற வேண்டாமா?
பணம், உழைப்பு, நேரம் என
அனைத்தையும் துறந்துவிட்டு
ஆட்டம் காண வந்த கிரிக்கெட் ரசிகனை
இப்படியா ஏமாற்றத்துடன்
திருப்பி அனுப்பவது?

நிவாரணி

திங்கட்கிழமை குறித்து
பலருக்கும்
பலவிதமான புகார்கள் உள்ளன.
எனக்கதன் மீது
எந்தப் புகாருமில்லை.
கசப்பு மருந்தென அதை
விழுங்கி விட்டு
அலுவலகம் சென்று விடுகிறேன்.

முகம் சிதைப்பவன்

ஆசிட் முட்டை
அடிப்பவர்களைப் பற்றி
கேள்விப்பட்டிருப்போம்.
அப்படியொருவன்
நேற்று பரோட்டா கடைக்கு வந்தான்.
டபுள் ஆம்லெட் ஒண்ணு
என்று சொல்லிக் காத்திருந்தான்.
பரோட்டா மாஸ்டர்
இரண்டு முட்டைகளை
கிண்ணத்தில் ஊற்றினார்.
பொடியாக நறுக்கிய வெங்காயம்,
மிளகுத் தூள், உப்பு, போட்டு கலக்கினார்.
தோசைக் கல்லில் ஊற்றினார்.
எனக்கென்னமோ தோசைக் கல்
ஆசிட் அடிப்பவனின்
முகமாகத் தெரிந்தது.

என் டிசைன் அப்படி

The Design of paradox
என்ற தலைப்பில்
ஒரு ஆங்கிலப் புத்தகத்தை
எழுதிக் கொண்டிருக்கிறேன்.
இதை ஏன் தமிழில்
எழுதக்கூடாதா என்று
நீங்கள் கேட்பது புரிகிறது.
முயற்சி செய்தேன்.
முடியவில்லை.
தமிழ் எழுத்துக்களை
என் hypothalamus அனுமதிக்கவேயில்லை.
என் Design அப்படி.

தந்திரம் புரிபவள்

என் காதலி
சரியான தந்திரக்காரி.
ஒரு நாள் எனக்கொரு
முத்தத்தை அனுப்பினாள்.
நான் அதைப் பெற்றுக்கொண்டு
சந்தோஷமாக மீண்டும் அதை
அவளுக்கே திருப்பியளித்தேன்.
நான் எங்கிருக்கிறேன் என்பதை
கண்டுபிடித்து விட்டாள்.
முத்தத்தில் ஏதோ ஒரு microchip
வைத்திருந்திருக்கிறாள்.
உனக்கென்ன அங்க வேலை என்றாள்.
மழுப்பினேன்.
வேறொரு சமயம்
நான் அவளுக்கொரு
முத்தத்தை அனுப்பினேன்.
அதில் microchip வைக்க வேண்டும்
என்றெல்லாம்
எனக்குத் தோன்றவேயில்லை.
ஏற்கனவே என் முத்தம்
பலவீனமாக உள்ளது.
இதில் இதற்கெல்லாம் ஏது இடம்?

ஒரே வழி

நான் இருப்பது
ஜெய் நகர் என்ற
விஸ்தரிக்கப்பட்ட ஊரில்.
நான்கு வழியாக
உள்ளே நுழையலாம்.
பார்வதி ஸ்டோர்ஸ் மளிகைக் கடை வழி
முதலாவது.
இன்னொரு வழியை
ஜெய் நகர் பால இறக்கம் என்பார்கள்.
இங்கு மீன் கடைகள் இருக்கும்.
மூன்றாவது வழியில்
பிள்ளையார் கோயில் உள்ளது.
நான்காவது வழி மிகக் குறுகியது
இரு சக்கர வாகனம் மட்டுமே
செல்ல முடியும்.
தான் தினமும் பல முறை
ஏதோ ஒரு வழியாக வெளியேறி
ஏதோ ஒரு வழியாக
உள்ளே நுழைகிறேன்.
ஒரு ஞாயிற்றுக்கிழமை
சரியாக மாட்டிக் கொண்டேன்.
எந்தப் பக்கம் வெளியேறினாலும்
மீன்கடை வழியில் வந்து
சேர்ந்து விடுகிறேன்.
குழப்பமாக இருந்ததெனக்கு.
அன்றிலிருந்து
ஞாயிற்றுக்கிழமையை
மட்டும் தவிர்த்து விடுகிறேன்..
மற்றபடி வழி
சரியாகவே உள்ளது.

கெமிஸ்ட்ரி கணக்கான கதை

ஆணுக்கும் பெண்ணுக்கும் இடையே
கெமிஸ்ட்ரி
work out ஆக வேண்டும் என்பார்கள்.
எனக்கும் என் காதலிக்குமிடையே
கணக்கு work out ஆகியுள்ளது.
நேற்று எனக்கொரு
குறுஞ்செய்தி
அனுப்பியிருந்தாள்.
இதுவரை உனக்காக 44,700 ரூபாய்
செலவழித்துள்ளேன்.
அதை அனுப்பி விடவும்.
இனி மேல் என் முகத்தில்
முழிக்க வேண்டாம்.
எனக்கு தூக்கிவாரிப்போட்டது.
44,700 எப்படி வரும்?
ஒரு செல்போன் வாங்கித்தந்திருக்கிறாள்.
நான்கைந்து முறை
ஓட்டலில் சாப்பிட்டிருக்கிறோம்.
அவளுக்கு தெரியாமல் நண்பர்களுடன்
தண்ணியடித்த ஒரு நாளில்
1500 g pay செய்துள்ளாள்.
அப்போ பிறந்த நாளுக்கு நான்
வாங்கிக் கொடுத்த சுடிதார் என்று

செய்தி அனுப்பினேன்.
அந்த இத்துப் போன சுடிதார
நீயே வச்சுக்க.. கணக்கு பாக்கறில்ல
என்று சொல்லி கன்னாபின்னாவென்று
திட்டினாள்.
(அவள் கணக்கு பார்த்தால் சரியாம்.
நான் பார்த்தால் தப்பாம்).
இந்த சிக்கலிலிருந்து விலக
எனக்கு இரண்டு வழிதான் உள்ளது.
44,700 ரூபாய் கொடுப்பது.
அது முடியாத காரியம்.
ஏதேனும் ஒரே gift
வாங்கிக் கொண்டு போய்
அவள் காலில் விழுந்து விடுவது.
என்ன, gift வாங்குவதற்கான காசும்
அவளிடம்தான் கேட்க வேண்டும்.

எப்படியும் பொருந்தி விடும்

என் காதலிக்கு வாய் நீளம்.
ஒருமுறை
'எங்கே உன் வாயைக் காட்டு' என்று
அதை அளந்து பார்த்தேன்.
'என்ன கண்டுபிடிச்ச' என்றாள்.
அதை என் வாயோடு
ஒப்பிட்டு விட்டு
சொல்கிறேன் என
இஞ்ச் டேப்பை என் வாயருகே
கொண்டு சென்றேன்.
இரு நான் அளக்கிறேன் என
உதவிக்கு வந்தாள்.
எனக்கென்னவோ பொருத்தம்
சரியாகத்தான் இருக்கும்
என்று படுகிறது.

எல்லாவற்றுக்கும் ஒரு விலையுண்டு

எங்கள்
சரித்திர ஆசிரியர்
கிழக்கிந்திய கம்பெனி
எவ்வாறு தங்கள் உரிமையை
விரிவுபடுத்தினார்கள் என
பாடம் நடத்திக் கொண்டிருந்தார்.
வாணிபம் செய்ய
என்னென்ன உபாயங்களைக்
கையாண்டனர் அவர்கள் என்றார்.
நான் ஒரு கனவிலிருந்தேன்.
சரித்திர ஆசிரியரை கம்பெனியின்
ராஜதந்திரியாகக் கண்டேன்.
அவரிடம் நான் சண்டை போடுவது
போலவும் நாட்டை விட்டு
வெளியே போகக் கூச்சலிடுவது போலவும்..
என் மீது விழுந்த
சாக்பீஸை தட்டிவிட்டேன்.
அது எங்கள் வாத்தியாரின்
இதயத்தில் பட்டு
அவர் மருத்துவமனையில்
இருப்பதாகக் கேள்வி.

மேலே போவதென்பது

நேற்று ஒரு ஏணி வாங்கினேன்.
சுவரில் ஆணி அடித்தேன்.
பல்ப் மாற்றினேன்.
மரத்தின் மீது கூட ஏறினேன்,
ஏணி வைத்தாலும் எட்டாது
என்றொரு நிலை வந்தது.
அப்படியே தொற்றிக் கொண்டு
மேலே போய்விட்டேன்.

ரசனை மிகு காதலி

நான் நன்றாக
புல்லாங்குழல் வாசிப்பேன்.
என் காதலி
மெய்மறந்து
கேட்டுக் கொண்டிருப்பாள்.
எப்படி இவ்வளவு
அருமையாக வாசிக்கிறாய்?
எங்கிருந்து கற்றாய்
இந்த வித்தையை என்றாள்.
ஒரு புன்னகையை மட்டுமே
பதிலாக்கி விட்டு
மீண்டும் வாசிக்கத் தொடங்குகிறேன்.
கண்கள் கிறங்க
கானத்தைப் பருகிக் கொண்டிருக்கிறாள்.
அவள் சிறு உதடுகள்
துடித்த வண்ணம் உள்ளன.

பதில், விரல் நுனியில்

வேதாளத்தை
முதுகில் சுமந்து கொண்டு
முருங்கை மரம்
ஏறவிட்டதெல்லாம்
அந்தக் காலம்.
நவீன விக்கிரமாதித்யன்
புத்திசாலி.
வேதாளத்தை
mobile ஆக மாற்றி
தன்னுடனே வைத்துள்ளான்.
வேதாளம் கேட்கும்
கேள்விகளுக்கெல்லாம்
google லிலேயே
விடை கிடைத்துவிடுகிறது
அவனுக்கு.

நான் வேறு நீங்கள் வேறா?

*ஏழு காடுகளிலும்
துளிர்த்து விட்டது
என் பூ.
ஏழு மலைகளிலும்
தவழ்கிறது
என் மேகம்.
ஏழு ஸ்வரங்களிலும்
நிறைகிறது
என் பாடல்.
என் கடல்களிலும்
கலந்திருக்கிறது என் நீலம்.
ஏழு பிறவியிலும்
தொடர்கிறது என் உயிர்.
இனி
நான் வேறு,
நீங்கள் வேறா?*

வரிகளா இவை...

வாலிக்கு
'பூ பூ பூ பூ பூத்த சோலை' யென்றால்
நா. காமராசனுக்கு
'ஒரு தேவதை வந்தது
மனச் சிறை கூண்டை திறந்து கொண்டது...'
செத்தாண்டா சிக்கந்தர்.
செத்தாண்டா சிவசங்கர்.

நான் யார் தெரியுமா?

நான் யார் என்ற
ஒரு கேள்வி தொடங்குகிறது.

நான் யார் என்ற கேள்வி
முடிந்தும் போகிறது.

இடைப்பட்ட
இந்தக் காலத்தில்,
டீ, காபி, இட்லி, தோசை,
பொங்கல், பரோட்டா
பூரி, சப்பாத்தி, சூப்,
பிரியாணி, சாப்பாடு,
சாம்பார், ரசம், மோர், அப்பளம்,
வடை, பாயசம் என
ஏதேதோ
உள்ளே தள்ள
வேண்டியுள்ளது.

தட்டிப் பிழைப்பவர்கள்

எல்லா கைதட்டல்களும்
முற்றுப் பெறும் நேரம்
சற்றே எட்டிப் பார்க்கிறார்.
இப்போது அவர் முதுகில் தட்டுகிறார்கள்.

எங்கேயோ இருப்பவர்கள்

ஜெயகாந்தனுக்குப் பிறகும்
நாவல் எழுதுபவர்கள் இருக்கிறார்கள்.
அசோகமித்திரனுக்குப் பிறகும்
சிறுகதை எழுதுபவர்கள் இருக்கிறார்கள்.
ஞானக்கூத்தனுக்குப் பிறகும்
கவிதை எழுதுபவர்கள் இருக்கிறார்கள்.
ந.முத்துசாமிக்குப் பிறகும்
நாடகம் எழுதுபவர்கள் இருக்கிறார்கள்.
இறந்தவர்களுக்குப் பிறகும்
இருப்பவர்கள் இருக்கிறார்கள்.
இறந்தவர்களை
எல்லோருக்கும் தெரிகிறது.

அவனுக்கு மட்டுமே கேட்கும் அவன் குரல்

"செயல் வீரன் என்கிறார்கள்.
கர்ம வீரன் என்கிறார்கள்.
மாவீரன் என்கிறார்கள்.
நான் ஒரு வீரனும் இல்லை.
வாய்ச் சொல் வீரன்.
WhatsApp வீரன்.
fb வீரன்."

ஸ்வீட் நேம்

எனக்கொரு
யோசனை தோன்றுகிறது.
வாரத்தின்
முதல்
மூன்று நாட்கள்
இந்தியா என்றிருக்கட்டும்.
அடுத்த மூன்று நாட்கள்
பாரத் ஓ.கே.
ஞாயிற்றுக்கிழமை மட்டும்
புஜ்ஜி குட்டி
என்றழைத்துக் கொள்ளலாமா?

என் பெயர் என் பெருமை

என் பெயரை
எப்படியெல்லாமோ
மாற்றிப் பார்க்கிறேன்.
எதுவும் சரியில்லை.
கடைசியில்
இருக்கிற பெயரே
போதும் என்றாகிவிட்டது.
புதுப் பெயரை
ஞாபகம் வைத்துக்கொள்ளுமளவுக்கு
எழுதியெல்லாம்
பழக வேண்டும்.
அடுத்தவர் கூப்பிட்டால்
திரும்ப வேண்டும்.
இதெல்லாம் ஆகாது.
பழைய பெயர்தான் என்றாலும்
நன்றாகத்தான் இருக்கிறது.
யார் எங்களைப் பிரிக்க முடியும்?

கவிஞர்கள் வாழும் நாடு

காணாமல்போன
ஒரு குழந்தையை மீட்டெடுக்க
என்ன செய்ய முடியும் கவிஞனால்?
பசியோடு உறங்கும்
நடைபாதைவாசிகளுக்காக
என்ன செய்ய முடியும் அவன்?
மானபங்கப்படுத்தப்பட்ட
ஒரு பெண்ணுக்காக
என்னதான் செய்வான் அவன்?
தற்கொலை செய்து கொண்ட
ஒரு இளைஞனுக்காக
ஏதேனும் செய்து விட
முடியுமா அவனால்?
நூறு குழந்தைகள்
நூறு நடைபாதைவாசிகள்
நூறு பெண்கள்
நூறு இளைஞர்கள்
நூறு கவிஞர்கள்
இருக்கும் நாடு இது.

கவிதையின் சாகுபடி

ஒரு விவசாயியைப் போல்
நாளெல்லாம் உழைக்கிறான் கவிஞன்.
விவசாயிக்கு
விளைச்சல் பெருமிதம்.
கவிஞனுக்கு
கவிதையன்றி வேறென்ன?

வேறென்ன வேண்டும்?

யார் யாரோ
என்னைக் கைவிட்டார்கள்.
என் முதுகில் குத்தினார்கள்.
அலட்சியம் செய்து
நகர்ந்து சென்றார்கள்.
சொற்கள்
என்னைக் கைவிடவில்லை.
என் மேல் அன்பு செலுத்தியது அது.
ஆற்றுப்படுத்தியது.
"யார் இருந்தால் என்ன..
இல்லாவிட்டால் என்ன..
நான் உனக்காக இருக்கிறேன்" என்றது.
இனியொரு முறை
மனிதர்களிடம் தோற்றுப் போவதற்கு
தயாராகவே இருக்கிறேன்.

பிசாசு காதல்

நவீன தமிழ்க் கவிதையில்
காதல் கவிதைகளுக்கு வயசாகிவிட்டது.
இப்போதைய ஃபாஷன்
பிசாசு கவிதைகள்.
வயதான காதல் பிசாசுகள்.

நவீன கவிதையும் இஞ்சி டீயும்

என் வீட்டுக்கு
உறவினர்கள் யாரும் வருவதில்லை.
கோயில் வசூல் என யாராவது
எப்போதாவது வருகிறார்கள்.
நவீன கவிதை எழுதுவதில்
ஆர்வமுள்ள
இளம் கவிஞரா நீங்கள்?
தாராளமாக
என் வீட்டுக்கு வரலாம் நீங்கள்.
கவிதை குறித்துப் பேசுவதில்
எனக்கும் மகிழ்ச்சிதான்.
நன்றாக டீ போடுவேன்.
அப்படியே மொட்டை மாடிக்கும்
போகலாம் நாம்.
நூலகம் அங்குதான் உள்ளது.
பழைய
கணையாழி, சுபமங்களா,
புதிய பார்வை என
புரட்டிப் பார்க்கலாம்.
என்னிடமிருந்து
நீங்கள் விடை பெறும் போது
என்னை நினைத்துக் கொள்கிறேன்.
முப்பது வருடங்களுக்கு முன்
கவிஞர் பழமலய்
விழுப்புரம் வீட்டிற்கு சென்றிருந்தேன்.
மனைவியும் மகளும் உபசரித்தனர்.

கவிதை குறித்து
பேசிக்கொண்டே
சப்பாத்தி குருமா சாப்பிட்டோம்.
சற்று நேரம் கழித்து
சூடான ஒரு இஞ்சி டீயும் வந்தது.
பேருந்து நிறுத்தம் வரை
வந்து வழியனுப்பி வைத்தார்
பேராசிரியர்.
இப்போது
எண்பதைக் கடந்து விட்டார் அவர்.
வணங்குகிறேன்.
நவீன கவிதை
மொழியால் அல்ல
உபசரிப்பின் வழியாகத்தான்
கடத்தப்படுகிறது என்பது
என் கணிப்பு.

இயக்குநரும் பேட்டி காண்பவரும்

பேட்டி காண்பவர்:
'நீங்கள்
தமிழ்த் திரைப்பட இயக்குநர்.
ஆனா உங்க படத்தில்
எல்லோரும்
ஜப்பானிய மொழியில் பேசுகிறார்களே?

இயக்குநர்: ஏன்னா இது
பிரஞ்சு மொழிப்படம்.
மூணு பேருக்குத்தான் புரியும்

இப்படித்தான் போய்க் கொண்டிருக்கிறது

எது கவிதை என்று
தெரியாமலேயே
கவிதை
எழுதிக் கொண்டிருக்கிறோம்.

எது சிறுகதை என்று
தெரியாமலேயே
சிறுகதை
எழுதிக் கொண்டிருக்கிறோம்.

எது நாவல் என்று
தெரியாமலேயே
நாவல்
எழுதிக் கொண்டிருக்கிறோம்.

எது வாழ்க்கை என்று
தெரியாமலேயே
வாழ்ந்து கொண்டிருக்கிறோம்.

தவம் செய்வார் தம் கருமஞ் செய்வார்

உண்மையில் நாம் விழைவதுதான் என்ன?
ஆன்மீக வாழ்வு.
ஆனால்
ஏதேதோ செய்து கொண்டே
ஆன்மீக வாழ்வுக்கான
பலன்களை மட்டும்
எதிர் நோக்கி நிற்கிறோம்.
ஆன்மீக வாழ்வில்
நிலைத்துவிட்ட ஒருவனுக்கு
மனிதர்களால் எந்தத் துன்பமுமிலை.
இன்பமுமில்லை

எனக்கொன்றும் இழப்பில்லை

என் கவிதைகளை
நிராகரித்த பத்திரிகைகளை
நினைத்துப் பார்க்கிறேன்.
அவை முட்டுச் சந்தில்
திரும்பிவிட்டன.

என் கவிதைகளோ
வானத்தில்
மிதந்து செல்கின்றன.

உங்களால் முடியும், பாக்யா...

என்னைக் கேட்டால்
பாக்கியலட்சுமி
கராத்தே கற்றுக் கொள்ள வேண்டும்.
வீணை கிளாஸுக்குப் போக வேண்டும்.
ஷேர்மார்க்கெட்டில்
புகுந்துவிளையாட வேண்டும்.
வெளிநாட்டுக்கெல்லாம்
போய்வர வேண்டும்.
தன்னை கிள்ளுக் கீரையாக நினைக்கும்
கோபி, ராதிகா முகத்தில்
கரி பூச வேண்டும்.
அதற்கும் முன்
வார்த்தைக்கு வார்த்தை
அத்தை அத்தை என்று கூப்பிடுவதை
உடனடியாக நிறுத்த வேண்டும்.

விரைவு வண்டிப் பயணம்

Chair car ல் இருக்கும் என்னை
வைகை விரைவு ரயில்
பின்நோக்கி
சென்னைக்கு
இழுத்துச் சென்று கொண்டிருக்கிறது.
எதிர்ப்பக்கம் இருப்பவர்கள்
முன் நோக்கி
நகர்ந்து கொண்டிருக்கின்றனர்.
ஒரே வண்டியில்
எதிரும் புதிருமாக இரு பிரிவினர்.
நான் வண்டியைத்தான் சொல்கிறேன்.
வாழ்க்கையை அல்ல.

நகரமென்பது

சென்னையில்
எல்லா சாலைகளும்
வழுக்கிக் கொண்டு செல்கின்றன.
எல்லா வாகனங்களும்
வழுக்கிக் கொண்டு செல்கின்றன.
மனிதர்களைப் பற்றி
கேட்கவே வேண்டாம்.

தெரிந்து தெளிதல்

எனதருமை இளங்கவிஞனே
உனக்கு நான் சொல்வது இதுதான்.
உனக்குத் தெரியாத
ஒன்றைப் பற்றி எழுதாதே.
அது
எவ்வளவு சிறிய விஷயமாக
இருந்தாலும் சரி.
உனக்குத் தெரிந்த
ஒன்றைப் பற்றி மட்டுமே எழுது.
தெரியாத ஒன்றை எழுதாதே

எழுத்தும் வாழ்வும்

நீண்ட நாட்களுக்குப் பிறகு சந்தித்த
நண்பர் கேட்டார்:
"இன்னமும்
எழுதிக் கொண்டிருக்கிறீர்களா?"
'இன்னமும்
வாழ்ந்து கொண்டிருக்கிறீர்களா'
என்பதற்கு இணையான கேள்வி இது.

அதிரும் இரவு

இவ்வளவு இரவு வாகனங்கள்
இந்தச் சாலையில்
எங்கு எதற்குச் செல்கின்றன
என்றே தெரியவில்லை.
போர்க்களத்தில்
திமுதிமுவென ஓடும்
சிப்பாய்களைப் போல்
ஓடுகின்றன இவை.
இந்த நெருக்கடியான வாழ்வில்
என் பங்கும் இருக்கிறது என்பதையெண்ணி
வெட்கித் தலைகுனிகிறேன்.
இரவு
மானுடத்தை தாலாட்டி
தூங்கச் செய்ய வேண்டாமா?
இப்படியா இழுத்துக் கொண்டு ஓடுவது?

சாறும் சக்கையும்...

மனிதர்கள்
மிக எளிமையான விதிகளை
வகுத்துக் கொள்கிறார்கள்.
அதைப் பின்பற்றுகிறார்கள் (அ)
மீறி நடக்கிறார்கள்.
இதிலேயே
நிறைவடைந்ததும் விடுகிறார்கள்.
இந்தப் பிரபஞ்சத்தில்
கண்ணுக்குப் புலப்படாத
பல விதிகள் உள்ளன.
மானுடத்தைத்
தாங்கி நிற்கும் விதிகள்.
அவை பற்றி
யாரும்
கவலைப்பட்டதாய்த்
தெரியவில்லை.
நம் சட்டப் புத்தகங்கள்
மிகவும் பலவீனமானவை.
சக்கை அவை

முற்றும் துறப்பதென்பது...

கலை, இலக்கியம்,
விஞ்ஞானம், சினிமா.
ஒவ்வொன்றும் ஒரு கடல்.
'அதைச் செய்தேன் இதைச் செய்தேன்'
என சொல்லிக் கொள்ளலாம்.
'வாழ்க்கையின் பிரதானக் கூறுகளை
கண்டடைந்துவிட்டேன் 'என
மார் தட்டிக் கொள்ளலாம்.
ஒன்றும் பலனில்லை.
எல்லாவற்றையும்
சுமந்து கொண்டு செல்கிறீர்கள்
முற்றும் துறந்தவனுக்கு
சுமப்பதற்கு எதுவுமில்லை.
அவனுக்காக உன்னதங்கள்
வெட்ட வெளியில் உள்ளன.
பொருளில் அல்ல.
புகழில் அல்ல.

இதற்குமேல் எதுவும் செய்ய முடியாது

அனுபவத்தைக் கடத்துவதென்பது
ஒரு கலை.
உங்கள் தலையில்
கல்லால் அடித்து விட்டு
நீங்கள் சிரிக்க வேண்டுமென்று
எதிர்பார்த்தால் நடக்குமா?
உங்களைத் தொடுவதென்றால் தொடுவதுதான்.
தொடுவது போல் வருவதல்ல.
மன்னிக்கவும்.
நமக்கிடையே செட்டாகாது.
உங்களுக்காக நான்
கவிதை எழுத முடியாது.
நீங்களாகவே என் கவிதைக்குள்
உங்கள் அனுபவத்தைப்
பொருத்திக் கொள்ள வேண்டியதுதான்.

எனக்கான பழம்

நான்
கொய்யாப் பழத்தின் காதலன்.
பல ரகமான கொய்யாப்பழம்
வாங்கி உண்பவன்.

ஒருவர் கேட்கிறார்:
'நீங்கள் ஏன் ஆரஞ்சுப் பழத்தை
உண்ணக்கூடாது?
விட்டமின் சி அதிகமுள்ள பழமாயிற்றே..'
என்னிடம் பதிலில்லை.

சிலருக்கு மாம்பழம் பிடிக்கிறது.
சிலருக்கு வாழைப்பழம் பிடிக்கிறது.
சிலருக்கு
ஸ்ட்ராபெரி, கிவி போன்ற
அயல்நாட்டு பழங்கள்.
கொய்யாப்பழம் பலருக்குப் பிடிப்பதில்லை.
ஏன், பழமே பிடிப்பதில்லை.

கொய்யாப்பழத்தை உண்ணும் போது
அதன் பயன்கள் குறித்தோ,
வடிவம் குறித்தோ
நிறம் குறித்தோ
பெரிதாக யோசிப்பதில்லை நான்.

எப்போதும்
கொய்யாப்பழத்தையே
நாடிச் செல்கிறேன்.
கொய்யாப்பழத்தை காதலிக்கிறேன்.
அதனால் அதை உண்கிறேன்

3 ஷிஃப்ட் இயங்கும் தொழிற்சாலை

நாலு காதல் கவிதை எழுதினால் சுவாரசியம்..
நாற்பது எழுதினால் சரி.
நானூறு கவிதைகள் அதிகம்தான்
(வேறு வழியில்லை, பன்னெடுங்காலமாக
துரத்திக் கொண்டிருக்கின்றன அவை)
நாற்பதாயிரம் கவிதைகள் எழுதுகிறார்கள்.
நாலு லட்சம் கவிதைகள் எழுதுகின்றனர்.
குடோன் நிரம்பி வழிகிறது..

வந்தவர்கள் சென்றவர்கள்

ஒரு கட்டத்தில்
எல்லோரும் நம்மை
நெருங்கி வருவதாகத் தெரிகிறது.
ஒரு கட்டத்தில்
எல்லோரும் நம்மிடமிருந்து
விலகுவதாகத் தோன்றுகிறது.
ஒரு கட்டத்தில்
எதுவுமே தோன்றவில்லை.
வேடிக்கை பார்த்தபடி
அமர்ந்திருக்கிறோம்.
வாழ்க்கையும் முடிந்து போகிறது

மேலும் கீழும்

அவனும் அவளும்
பரமபதம் ஆடுகிறார்கள்.
அவள் உருட்டும் போது
ஏணியின் முதல் படிக்கு காய் நகர்கிறது.
அவன் உருட்டும் போது
பாம்பின் தலையில் அது உட்கார்கிறது.
அவன் சோர்ந்து போகிறான்.
அவள்
ஆற்றுப்படுத்துகிறாள்.
ஒரு கட்டத்தில் இருவர் காய்களும்
ஒரே கட்டத்துக்கு வருகின்றன.
அவள்
ஆட்டத்தை
முடித்துக் கொள்ளலாமே என்கிறாள்.
அவன் கேட்பதாயில்லை.
உருட்டுகிறான்.
சரிவை காணச் சகியாமல்
கண்களை மூடிக் கொள்கிறாள்

அசைவத்தைக் கடந்துவிட்ட படைப்பு

ஒரு காலத்தில் நானும்
கறி, கோழி, மீன் என சாப்பிட்டவன்தான்.
இன்று
முட்டை கூட தொடுவதில்லை.
இருபது வருடங்கள் ஆகிவிட்டன.
சில உடல் உபாதைகளில் கைவிட்டேன்.
பிறகு அதன் மீதான நாட்டம்
படிப்படியாக குறைந்துவிட்டது.
நிறைய இலக்கியவாதிகள்
அசைவ உணவில்
ஆர்வம் காட்டுகின்றனர்.
மிக உயர்ந்த படைப்புகள் என
மார் தட்டிக் கொள்ளுமளவுக்கான
படைப்புகளைப்
படைத்தவர்கள் தாம் அவர்கள்.
நான் நகர்ந்து செல்கிறேன்.
எனக்கு ரத்த வாடை ஆகாது

ஒரே இடம்

காதலர்களுக்கு
வேறு போக்கிடம் இல்லை.
பூமிதான் அவர்களுக்கு என்றாகிவிட்டது.

அண்ணா காட்டிய வழியம்மா

அண்ணாவை
ஆளுக்கு ஆள்
சொந்தம் கொண்டாடுகிறார்கள்.
அவர் இறந்த போது எனக்கு ஒரு வயது.
இறப்பதற்கு முதல் நாள்
என் கனவில் வந்தவர் சொன்னார்:
'தம்பி, இனி தமிழ்நாட்டை
நீதான் காப்பாற்ற வேண்டும்"
54 வருடங்களாக
என்னால் முடிந்ததையெல்லாம்
செய்து கொண்டுதான் உள்ளேன்.
போன வாரம்
மீண்டும் கனவில் வந்தவர் கேட்டார்:
'தம்பி,
நாடு எப்படிப் போய்க்
கொண்டிருக்கிறது?'
சொன்னேன் அவரிடம்.
'உங்கள் பிறந்த நாள் அன்று
குடும்பத் தலைவிகளுக்கு மாதம்
₹1000 வழங்கும் திட்டத்தை தொடங்கி வைக்கிறேன்"
அருமை தம்பி..
நல்ல வேளை
நாட்டை ஒப்படைத்தேன்
உன்னை நம்பி' சொல்லிவிட்டு
மறைந்து போனார்

வேற லெவலில் விளையாடுபவன்

நீங்கள்
நான் ஒரு ரன் எடுப்பேன்
என்று நினைக்கும் போது
சிக்ஸர் விளாசுவேன்.
கொஞ்சமேனும் என்னால்
ஆட முடியுமா என்று நீங்கள்
நினைத்து முடிப்பதற்குள்
கோப்பையை உயர்த்திப் பிடிப்பேன்

ஆசை அறுமின்.. ஆசை அறுமின்

விலகுவதென்பது எல்லாவற்றிலிருந்தும்
விலகுவது தான்.
ஒன்றிலிருந்து விலகி
இன்னொன்றை நாடுவதல்ல.
காதலிலிருந்து விலகி
கவிதையை நாடுவதல்ல..
கவிதையிலிருந்து விலகி
கண்ட இடங்களில்
சுற்றிக் கொண்டிருப்பதல்ல.
புத்தர் எல்லாவற்றிலிருந்தும் விலகினார்.
எல்லாவற்றையும்
தனதாக்கிக் கொண்டார்.
மனம் இருக்கும்வரை
மார்க்கம் கை கூடாது போல

இடையே நீங்கள் யார்?

உங்களிடம்
இரண்டு கவிதைகள் தரப்படுகின்றன.
ஒன்று மிகச் சிறந்த கவிதை.
இன்னொன்று
சொற்கோர்வையே சரியில்லாத
சுமாரான மற்றொரு கவிதை.
நீங்கள் என்ன செய்கிறீர்கள் என்றால்
நல்ல கவிதையை ஓரமாக வைத்துவிட்டு
சுமாரான கவிதைக்கு
மகுடம் சூட்டி மகிழ்கிறீர்கள்.
கொஞ்ச நேரம் தான்.
மகுடம் சூட்டப்பட்ட கவிதை
அதுவாகவே கீழே விழுகிறது.
எவ்வளவு முயன்றும் உங்களால்
அதைத் தடுக்க முடியவில்லை.
ஓரமாக இருந்த நல்ல கவிதைக்கோ
சிறகு முளைக்கிறது.
வானில் பறக்கிறதது

சுழன்றும்...

ராஜி சித்திக்கு
என் மேல் பாசம் அதிகம்.
என் பையன் என
பெருமையாகச் சொல்வார்.
கால் சற்றே ஊனம்.
களையான முகம்.
சர்க்கரை அதிகமாகி விட்டதால்
அதிகம் நடக்க முடியவில்லை.
நிற்க முடியவில்லை.
ஐந்து வருடத்துக்கு முன்
உறவினர் ஒருவரின்
திருமணத்தில் பார்த்தேன்.
அணைத்துக் கொண்டார்.
முத்தம் கொடுத்தார்.
அனைவரிடமும்
எங்க அக்கா பையன் என
அறிமுகப் படுத்தினார்.

தாமதமாக விபரம் தெரிந்து
சென்னை சென்றேன் நேற்று.
உடலைப் பார்க்க முடியவில்லை.
மின் மயானத்தில் 4 மணிக்கு என்று
நேரம் ஒதுக்கியிருந்தார்களாம்.
45 வருடம் ஒன்றாக இருந்தோம் என்றார்
ராமமூர்த்தி சித்தப்பா
என் கைகளைப் பிடித்துக் கொண்டு.

எளிய மனிதர்கள்
அன்பை விதைக்கின்றனர்.
வெளியேறிச் செல்கின்றனர்

என்னால் முடிந்தது இவ்வளவுதான்

நிறைய பேரின்
கவிதைத் தொகுப்பு தலைப்பு
நன்றாயிருக்கிறது.
சில பேருக்கு
புனைபெயர் நன்றாயிருக்கிறது.
இன்னும் சிலருக்கு
பதிப்பகங்கள் நன்றாயிருக்கின்றன.
நிறைய பேருக்கு
வாசகர்கள் நன்றாயிருக்கின்றனர்.
வேறு சிலருக்கோ
விமர்சகர்கள் நன்றாயிருக்கின்றனர்.
என்னைப் பொறுத்தவரை
என் கவிதைகள்
நன்றாக இருப்பதோடு சரி

புரிஞ்சவன் பிஸ்தா

டாக்டரிடம் போனான்.
"டாக்டர் மனசு அழுத்தமா இருக்கு"
பரிசோதனை செய்துவிட்ட டாக்டர் சொன்னார்.
"ஒண்ணும் பிரச்சனை இருக்கற மாதிரி
தெரியலையே"
எதற்கும் இருக்கட்டுமே என
கேட்டு வைத்தார்.
"என்னென்ன சீரியல் பார்க்கறீங்க?"
அடுக்கிக் கொண்டே போனான்.
"அதானே" குதித்தார்.
"விட்டுடங்களேன்" என்றார்.
"சார்..அதுவந்து"ன்னு இழுத்தான்.
"சரி அப்ப ஒரு சீரியலை மட்டுமாவது
விடுங்க" என்றார்.
அவன் எது என்று யோசிப்பதற்குள்
"போயிட்டு வாங்க பாஸ்"
என்று சொல்லிவிட்டார்

காலமும் காதலர்களும்

காதலர்களுக்கு
வெயில் காலம் உகந்ததல்ல.
மழைக்காலத்தை விரும்புகிறார்கள்
அவர்கள் என்றாலும்
அதில்தான் அவர்கள்
சுகவீனமடைகிறார்கள்.
வசந்த காலம் காதலர்களுக்கு ஏற்றது என
பன்னெடுங்காலமாக பாடப்படுகிறது.
அது ஒரு கற்பிதம்தான் போலும்.
குளிர் காலத்தில்
காதலர்கள் நடுங்கிச் சாகிறார்கள்.
நான் காலங்களின் உபாசகன்.
காதலர்களுக்கு
எதிரியெல்லாம் அல்லன்

உங்களால் ஆக வேண்டியது எதுவுமில்லை...

என்னை நிராகரிப்பவர்களை
எனக்குப் பிடிக்கும்.
என் கவிதைகளை ஒருவர் நிராகரித்தார்.
அவருக்காக அனுதாபப்பட்டேன்.
என் அன்பை ஒருவர் நிராகரித்தார்.
அவருக்காக பரிதாபப்பட்டேன்.
என் அறிவை மற்றொருவர் நிராகரித்தார்.
அவருக்காக வெட்கப்பட்டேன்.
என் காதலை, கொடையை, தயையை
நிராகரித்தவர்களையெல்லாம்
கடந்து சென்று விட்டேன்.
உங்களால் எனக்கு ஆக வேண்டியது
எதுவுமில்லை.
சொல்லப்போனால்
என்னாலே எனக்கு ஆக வேண்டியது
எதுவுமில்லை.
என்னை நிராகரித்த குற்றவுணர்வோடு நிற்கும்
உங்களைக் கண்டு
ஒரு புன்னகையுடன்
நகர்ந்து செல்கிறேன்

ஒரு bullshit கவிதை

அவன் ஒரு bullshit பெண்ணைக் காதலித்தான்.
அவள் ஒரு bullshit ஆணைக் காதலித்தாள்.
அவர்களுக்கிடையே
ஒரு bullshit திருமணம் நடந்தது.
அவர்கள் வாழ்க்கையே
Bullshit ஆகிப் போனது

ராட்சசன்

என் கவிதைகளை
என் மனைவி நிராகரித்தாள்.
சக கவிஞர்கள் நிராகரித்தனர்.
பத்திரிகைகள் நிராகரித்தன.
பதிப்பகத்தார் நிராகரித்தனர்.
மொழி பெயர்ப்பாளர்கள் நிராகரித்தனர்.

ஒன்றும் குறைந்து விடவில்லை.
முன்பெல்லாம்
பத்து கவிதைகள் எழுதினேன்.
இப்போது
நூறு கவிதைகள் எழுதுகிறேன்.
ஆயிரம் கவிதைகள் எழுதுவேன்.
நிராகரித்தவர்கள்
என்ன நடந்து கொண்டிருக்கிறது என்று
யோசிப்பதற்குக் கூட
அவகாசம் வழங்க மாட்டேன்.

என்ன கவிஞனிவன்?

இன்றைய ஆசிய ஆடவர் கைப்பந்து
போட்டியில்
இந்தியா தென்கொரியாவை
5 செட்களில் தோற்கடித்து
மகத்தான வெற்றி பெற்றது
எத்தனை
நவீன கவிஞர்களுக்குத் தெரியும்?

சனாதன தர்மத்தைப் பற்றி
WhatsApp group லும் fb யிலும் பேசுவதோடு
நின்று விடுபவர்கள் இவர்கள்.

Old monk ரம்முக்கு முந்திரி பகோடா
நல்ல combination என்று கண்டுபிடித்த
இவர்களுக்கு
தேஜஸ்வின் ஷங்கர் பற்றியும்
பிரவீன் சித்ரவேல் பற்றியும் தெரியுமா?

குறுந்தொகைப் பாடலொன்றை மனப்பாடம்
செய்து நவீன கவிதை பற்றி மேடையில்
நீட்டி முழங்கும் இவர்களில்
எத்தனை பேருக்கு
ஷரத் கமலின்
சாதனைகள் பற்றித் தெரியும்?

நம் தலைமுறைக்கு
இரவு என்பதே இல்லை

நம் காலம் குறுகி விட்டது...
சென்ற தலைமுறையினரின் பகலுக்கு
பன்னிரண்டு மணி நேரம் இருந்தது.
இரவுக்கு
பன்னிரண்டு மணி நேரம் இருந்தது.
நமக்கோ மொத்தமாகவே நாளொன்றுக்கு
எட்டு மணி நேரம்தான் உள்ளது.
அதுவும் பகலாகவே உள்ளது

எங்கும் நடப்பதுதான் இது

முட்டாள்கள் காதலிக்கிறார்கள்.
புத்திசாலிகள்
அதிகாலை நடை பயில்கிறார்கள்.
நல்லவர்கள்
ஒளிந்து வாழவே தலைப்படுகின்றனர்

வெல்க புரட்சி

சுதந்திர இந்தியாவில்
எவ்வளவோ புரட்சிகள்.
பசுமைப் புரட்சி
வெண்மைப் புரட்சி
நீலப் புரட்சி இப்படி.
ஒவ்வொரு புரட்சிக்குப் பின்னும்
ஒரு கதை தொடரும்...
கொஞ்சம் கிண்டினால்
கார்ப்பரேஷன் குப்பைதான்.
சத்தமில்லாமல் மூடி விட்டு
வெளியேறி விட வேண்டியதுதான்

பந்த் நடத்துவோரின் கனிவான கவனத்திற்கு

காவிரி
கர்நாடகத்துக்குச் சொந்தம் என்கிறீர்.
தமிழ்நாட்டுக்கு
தண்ணீர் இல்லை என்கிறீர்.
மிக்க நன்றி, பெரியோரே.
உண்மையில்
காவிரி யாருக்குச் சொந்தம் தெரியுமா?
அகத்தியனுக்குச் சொந்தம்
ஆனைமுகனுக்குச் சொந்தம்.
ஆகாயத்துக்குச் சொந்தம்.

அவசர முதலுதவி தேவை

முகச் சவரம் செய்து கொள்ளும் கவிஞனுக்கு
நான் எதிரி அல்லன்.
என்ன
அவன் பயன்படுத்தும்
துருப்பிடித்த பிளேட்
கவிதையைக் கிழித்துச் செல்கிறதே

ஊட்டம் எனப்படுவது...

ஞாயிற்றுக்கிழமைகளில்
ஆடுகள் கதறுகின்றன.
கோழிகள் கதறுகின்றன.
மீன்கள்
மரித்துப் போகின்றன.
மனிதர்கள்
பகலிலேயே
குறட்டை விடுகின்றனர்.
ஒருவனின் உணவுப் பழக்கத்துக்கு
ஆயிரம் நியாயங்கள் கற்பிக்கப்படுகின்றன.
நான் நகர்ந்து செல்கிறேன்.
என் புரதச் சத்து குறையட்டும்.
உடல் பலகீனமடையட்டும்.
ஆடுகள் கனைப்பதை
நான் கேட்க வேண்டும்.

புரிந்தால் சரி

என் கவிதைகளை
சாதனை என்று சொல்ல மாட்டேன்.
ஆனால்
என் சாதனை என்ன என்று
யாரேனும் கேட்டால்
என் கவிதைகளைக் காட்டுவேன்

ஒன்றே காண வேண்டும்

இளையராஜாவுக்கு
இசை தவிர வேறொன்றும் தெரியாது.
கண்ணதாசனுக்கு
கவிதை தவிர எதுவும் தெரியாது.
டெண்டுல்கருக்கு
கிரிக்கெட் தவிர
வேறென்ன தெரியும்?
விஸாகா ஹரிக்கு
காதா காலட்சேபமே கதி மோட்சம்.
எனக்கு ஏதேதோ தெரிகிறது.
அதுதான் பிரச்சனையே.

டேபிள் டென்னிஸ் ஆடும் இளம் வீராங்கனை

டென்னிஸுக்கு இருக்கும் மதிப்பு
டேபிள் டென்னிஸுக்கு
இருப்பதில்லை.
பெரும்பாலும்
டேபிள் டென்னிஸ் ஆட்டத்தை
யாருமே பார்ப்பதில்லை.
மைதானம் போன்ற
விரிந்த பரப்பு இல்லை.
ஒரு மேசை மட்டும்.
கண் குவிய வேண்டும்.
கை நகர வேண்டும்.
உடல் அசைய வேண்டும்.
மனம் லயிக்க வேண்டும்.
ஆடவர் பிரிவில் சத்யன்,
சரத் கமல் பலருக்கும் தெரியலாம்.
பெண்கள் பிரிவில் மோனிகா பட்ராவை
கேள்விப் பட்டிருப்பீர்கள்.
வேறு யாராவது?
Sreeja அகுலா,
அஹிகா முகர்ஜி,
சுட்ரிதா முகர்ஜி என பலரும்
ஆடுகின்றனர்.
அதிரடி ஆட்டம்தான் அனைவருமே.

டேபிள் டென்னிஸ் ஆடும்
இளம் வீராங்கனை
சர்வீஸ் போடும் போதும்
சர்வீஸை எதிர்கொள்ளும் போதும்
மட்டையை சற்றே உயர்த்தி
காத்திருக்கிறாள்.
அவள் மூச்சு
ஒரு கணம் ஒடுங்குகிறது.
கண்கள் நிலைத்திருக்கின்றன.
வெற்றிக்காக அவள் ஆடும்
அந்தக் கணத்தில்
அவள் கிரஷ்ஷே எதிரே வந்தாலும்
'அந்தப் பக்கம் போடா'
என்றுதான் விரட்டுவாள்

அன்பில் கரைபவன்

என் ஒரு கவிதையை வைத்து
என்னை கணிப்பவர்களை
பரிதாபமாகப் பார்க்கிறேன்.

என் ஒரு தொகுப்பை வைத்து
என்னை மதிப்பிடுபவர்கள்
கொஞ்சம் தேவலாம்.

என் எல்லா தொகுப்புகளையும்
வாசித்தவர்களுக்கு
நன்றிக்கடன் பட்டுள்ளேன்.

நான் யார் என்றே தெரியாமலேயே
என்னை அணைத்துக் கொள்பவர்களுக்கு
என்ன கைம்மாறு செய்வேன்?

சுபம்... சுபம்... சுபம்...

நான் யாருக்கும்
அறிவுரை சொல்வதில்லை.
யாரும் என்னிடம் அறிவுரை கேட்பதில்லை

ஒடுங்கக் காண்பது

யாரையும் பார்க்கப் பிடிக்கவில்லை.
யாருடனும் பேசப் பிடிக்கவில்லை.
எங்காவது ஓடி விடலாம்
என்ற என்னவெல்லாம் இல்லை.
சும்மா இருக்க வேண்டும்.
இருப்பதை வைத்துக் கொண்டு.
வருவதை ஏற்றுக் கொண்டு.

மயக்கத்திலிருந்து விடுபடு
என்கின்றனர் ஆன்றோர்.
ஆம்.
மயக்கம்தான்.
பணம், புகழ், உறவு, பதவி எல்லாம்.
அனைத்தையும் விட்டொழித்து
அமர வேண்டும்.
நாட்கள்
வாரங்கள்
மாதங்கள் உருண்டோடட்டும்.
இயற்கையின் இருப்பில் கரைவது சுகம்.

மனிதர்கள் அப்படித்தான் இருப்பார்கள்.
பேசுவார்கள்
பாடுவார்கள்
ஓடுவார்கள்.

ஞானிகள் அசைவதில்லை.

கடைசிப் புன்னகை

என்னுடைய கடைசி ஆயுதத்தையும்
பறித்துக் கொண்டீர்கள்.
நிராயுதபாணியாக நிற்கிறேன்.
யோசனை வேண்டாம்.
இது போர்க்களம்.
ஒருவர்தானே வெல்ல முடியும்?.
நான் வேண்டி நிற்பது
உங்கள் கருணையை அல்ல.
அப்படி ஏதாவது செய்து
என்னை சிறுமைப்படுத்தி விடாதீர்கள்.
உங்கள் ஒரு அம்பு
எனக்குப் பதிலாகட்டும்.

நல்ல வேளை

கவிதை எழுதி முடித்தவர்கள்
ஒவ்வொருவராக
மேடைக்கு அழைக்கப்பட்டு விட்டனர்.
நானோ
எழுதிக் கொண்டிருப்பவன்.
என்னை அழைத்தால்
எழுதுவது தடைபட்டுவிடும் என்பதால்
விட்டுவிட்டார்கள்

இயற்கை விதி

உயிர் இருப்பதனால்
அதிர்ஷ்டம் இருக்க வேண்டும் என்பதில்லை.
கண் இருப்பவர்களுக்கெல்லாம்
பார்வை இருக்கிறதா என்ன?

பிச்சைக் கோலம்

ஆண்டவனே
ஆண்டிக் கோலத்தில்
பிச்சை எடுத்ததாக
புராணம் சொல்கிறது.
நமக்கப்படி எதுவும் நடக்கக்கூடாது.
ஓரளவு
டிப் டாப்பாக உடையணியும் நிலை
வாய்க்க வேண்டும்

இன்னொரு புலம்பல்

தற்கால நவீன கவிதை
ஒரே புலம்பலாக உள்ளது.
அது சரியில்லை
இது சரியில்லை
என் வாழ்க்கை
இப்படியாகிவிட்டதே என்று.
இப்படியே போனால்
தமிழ் விளங்குமா?
கவிதை உருப்படுமா?

குரு வித்தை

நினைத்தாலே இனிக்கும்
படத்தின் இசை MSV.
"பாரதி கண்ணம்மா நீயடி சின்னம்மா"
பாடல் அதில்.
இந்த ஒரு பாடலை
இளையராஜாவின் மூன்று பாடல்கள்
ரவுண்டு கட்டிக் கொள்கின்றன.
இளமை ஊஞ்சலாடுகிறது படத்தில் வரும்
"ஒரே நாள் உனை நான் நிலாவில் பார்த்தது"
ப்ரியாவிலிருந்து
"ஏ பாடல் ஒன்று... ராகம் ஒன்று".
உல்லாசப் பறவைகளிலிருந்து
"ஜெர்மனியின் செந்தேன் நிலவே".

MSV அசரவில்லை.
நின்று ஜெயிக்கிறார்.

இளையராஜாவின் பாடல்களில்
ஒரு குறையும் சொல்ல முடியாது.

பெரு வரிசை

ஒரு வரிசை எங்கே ஆரம்பிக்கிறது
எங்கே முடிகிறது என்றே தெரியவில்லை.
அது வரிசைதானா இல்லை
வட்டமா என குழப்பமாயுள்ளது.
பூமி பார்ப்பதற்கு தட்டைதான் என்றாலும்
உருண்டை போலத்தான் இதுவும்.
யார் முன்பு யார் அடுத்து என்ற
குழப்பமும் தொடர்கிறது

சுட்டிக் குழந்தை

நாம் உறங்கும் போது
வாழ்க்கைக் குழந்தை
சமர்த்தாக
இருக்கிறது.
விழித்திருக்கும் போதுதான்
கண்ணில்
மிளகாய்ப் பொடியை தூவி விட்டு
கை கொட்டிச் சிரிக்கிறது

உங்களைக் கொஞ்சம்
மேம்படுத்திக் கொள்ளுங்களேன், ப்ளீஸ்...

என் கவிதைகளைப் படிக்கவும்
அவை பற்றிப் பேசவும்
உங்களுக்கொரு
தனித் தகுதி வேண்டும்.

படிக்க ஆரம்பியுங்கள்.
அந்தத் தகுதி
தன்னால் உங்களுக்கு வந்துவிடும்

உங்களுக்குத் தெரிந்த கவிஞர்கள்
எவ்வாறானவர்கள்?

கவிஞன்
உண்மையானவனாகவும்
நேர்மையானவனாகவும்
இருக்க வேண்டுமென்பது விதி.

அவன் போலியானவனாகவும்
இரட்டை வேடம் போடுபவனாகவும்
இருப்பது யதார்த்தம்.

கூல் பாஸ், கூல்

தனியார்
தொலைக்காட்சி நிகழ்ச்சியொன்றை
பார்த்த நண்பரொருவர்
"இவனுங்களும்
இதுகளும்...
இதெல்லாம் ஒரு நிகழ்ச்சியா?
தூத்தேரி"என்றார்
இதுக்கு தொடர்களே பரவாயில்லை"
என்றும் கூறினார்.
"சார்... இதிலேயும் ஏதாவது நல்ல விஷயங்கள்
இருக்கத்தானே செய்யும்...
நம் அறம்
அதுதானே" என்றேன்..
"இனிமே எவனாவது
அறம்
வெங்காயம்
வெள்ளப்பூண்டுன்னு
பேசிட்டு வரட்டும்..
அப்புறம் இருக்கு கச்சேரி" என்றார்.
ஓடிவந்துவிட்டேன்.

என் ஒத்துழைப்பு எப்போதும் உண்டு

என் நெஞ்சில் மிதிக்கிறீர்கள்.
நான் சிரிக்கிறேன்.
என் முதுகில் குத்துகிறீர்கள்.
நான் புன்னகை புரிகிறேன்.
என் தலைக்கு விலை பேசுகிறீர்கள்.
நான் அசையாமல் நிற்கிறேன்.
இன்னும் எவ்வளவு வன்மம் கக்குவீர்கள்?
நான் ஒரு சாதாரண மனிதன்.
இருப்பைப் பறைசாற்றாமல்
கரைந்து விடும் அளவு
மன உறுதி படைத்தவன்.
என்ன வேண்டுமோ
செய்து கொள்ளுங்கள்.
முழுவதும் அனுமதிக்கிறேன்

ஒரு மனிதனுக்காக...

என்னிடமிருந்து எதுவும் எதிர்பார்க்காத
ஒரு மனிதனுக்காக காத்திருக்கிறேன்.
கண்ணுக்கெட்டிய தூரம் வரை
யாரும் அப்படி
இருப்பதாய்த் தெரியவில்லை.
'நான் செய்கிறேன்' என்று
எனக்காக
ஓடிவரும் ஒரு மனிதனுக்காக காத்திருக்கிறேன்.
(எனக்கு எதுவும் வேண்டாம் என்பது
வேறு விஷயம்)
என் கையை
ஆதரவாகப் பற்றிக்கொள்ளும்
ஒரு கரத்துக்காக காத்திருக்கிறேன்.
என்னையே சுற்றிவந்து
என் உத்தரவுக்காக காத்திருக்கும்
ஒரு உன்னத மனிதனுக்காக காத்திருக்கிறேன்.
என் மரணத்தின் போது விம்மி
ஒரு சொட்டு கண்ணீர் விடும்
அந்த ஒரு மனிதனுக்காக
இன்னும் காத்திருக்கிறேன்.

ஒன்றையொன்று கவ்விக்கொண்டு

வாழ்க்கையிலிருந்து
கவிதையை எடுக்கிறேன்.
கவிதையோ
வாழ்க்கையின் ஒரு பகுதியை
எடுத்துக் கொள்கிறது.
இப்படித்தான் போய்க்கொண்டிருக்கிறது
வாழ்க்கையும் கவிதையும்

இன்னும் இந்த உலகத்தில்...

கணணதாசன் இல்லாத உலகத்தில்
எம்எஸ்வி இல்லாத உலகத்தில்
எஸ்பிபி இல்லாத உலகத்தில்
வேதாத்திரி மகரிஷி
இல்லாத உலகத்தில்
ஜே. கிருஷ்ணமூர்த்தி
இல்லாத உலகத்தில்
லா, ச. ரா இல்லாத உலகத்தில்
நகுலன் இல்லாத உலகத்தில்
மதர் தெரசா இல்லாத உலகத்தில்
அப்துல்கலாம் இல்லாத உலகத்தில்
நீங்களும் நானும் இருக்கிறோம்.
கொஞ்சம்
கூச்சமாகத்தான் இருக்கிறது.

சாம்ராஜ்யம் எல்லைகளற்றது

கார்ப்பரேட் புத்தர்களின் காலமிது.
அவர்கள்
ஆழமாக யோசிக்கிறார்கள்.
சீராக மூச்சு விடுகிறார்கள்.
மூலதனம், உற்பத்தி,
செலவினம், லாபம் என நீள்கிறது
அவர்கள் ஆழ் நிலை தியானம்.
ஞானமடைந்த கார்ப்பரேட் புத்தர்கள்
தங்கள் தொழிலை, வியாபாரத்தை
விரிவு படுத்துகிறார்கள்.
'அத்தனைக்கும் ஆசைப்படு'
என்று சொல்லி
தங்கள் பிரசங்கத்தை
நிறைவு செய்கிறார்கள்

முற்பகல் - பிற்பகல்

களங்கமற்ற தன்மை
60 வயதில் வருவதில் வியப்பொன்றுமில்லை.
அது 20 வயதில் வர வேண்டும்.
30 ல் வர வேண்டும்.
அனுபவித்து
களங்கமின்மையை கண்டுபிடிப்பதென்பது
ஆறுதல் பரிசு.
அவன் தாள் பணிவோருக்கு
ஜாக்பாட் உறுதி

வான் சுதை வண்ணம் கொளல்

அறிவாளிகள்
சோர்வடைந்து விடுகிறார்கள்.
நல்லவர்கள் ஒளிந்து வாழ்கின்றனர்.
ஞானிகள்
துறவறத்தில்
நாட்டம் கொள்கின்றனர்.
உலகத்தின் போக்கு வேறு.
உண்மையின் போக்கு வேறு.
இரண்டும் சந்திப்பது
எதேச்சையாக நடப்பது.

காப்புரிமையும் வாழ்வுரிமையும்

கு. அழகிரிசாமி
47 ஆண்டுகள் மட்டுமே வாழ்ந்திருக்கிறார்.
புதுமைப்பித்தன் இன்னும் குறைவு.
பாரதி அதைவிடக் குறைவு.
பட்டுக்கோட்டையோ
29 ஆண்டுகள் மட்டும்.
இருந்த காலத்தில்
கவனிக்கப்படாதவர்கள் இவர்கள்.
இன்றோ
நாட்டுடைமையாக்கப்பட்ட
இவர்கள் படைப்புகளை வைத்து
ஆளுக்கு ஆள் காசு பார்க்கிறார்கள்.
தன் எழுத்துக்கு Copyright வைத்திருக்கும்
இன்றைய இளம் எழுத்தாளன்
இவற்றையெல்லாம் கொஞ்சம்
எண்ணிப்பார்ப்பது மிகவும் நல்லது

விடாது சாபம்

மக்களே இல்லாத இஸ்ரேலில்
தேவாலய மணிகள் ஒலிக்கட்டும்.
மக்களே இல்லாத பாலஸ்தீனத்தில்
மசூதிப் பிரார்த்தனை நடக்கட்டும்.
பசியும், கண்ணீரும், ரத்தமும் பாயாத பூமியில்
யேசுவும் முகமது நபியும்
தேநீர் அருந்தட்டும்.
தாயை இழந்து
தெருவில் தவழும்
அந்தக் குழந்தையின் அழுகுரலில்
மதங்கள் அழிந்தொழியட்டும்

தேவை, தீவிர சிகிச்சை

இன்றைய நம் தேவன்
இஸ்ரேலையும்
காஸாவையும் காப்பாற்றட்டும்.
நம்மை சொஸ்தப்படுத்த
இன்னொரு ஞாயிறு
இல்லாமலா போகும்?

செல்வியின் இருப்பிடம் நோக்கி

செல்வி செல்வி என்றழைத்துக்கொண்டே
முன் வாசல் வழியாக வந்தான்.

செல்வி செல்வி என்றழைத்துக்கொண்டே
வீட்டுக்குள் தேடினான்.

செல்வி செல்வி என்றழைத்துக்கொண்டே
பின் வாசல் வழியாகச் சென்றவன்
ஏணியில் ஏறி
ஆகாசம் சென்றடைந்தான்.

ஒரு பேச்சுக்குச் சொல்கிறேன்

நான் முதன் முதலாக
பேச ஆரம்பித்தபோது
என் வயது இரண்டு.
இப்போது ஐம்பத்தைந்து.
பேச்சு நின்றபாடில்லை.
தூரத்திலிருந்து பார்ப்பவர்களுக்கு இவன் என்ன
பபுள் கம்மை வாயில் போட்டு
இப்படி மாற்றி மாற்றி
மென்றுகொண்டிருக்கிறானே என்றுதானே
எண்ணத் தோன்றும்?

எல்லாப் புகழும்...

இது விருதுகளின் காலம் போல..
நிறைய பேருக்கு
நிறைய விருதுகள் வழங்கப்படுகின்றன.
விருது பெறுபவர்களுக்கு
மாலை, மரியாதை, பொன்னாடை,
பண முடிப்பு எல்லாம் உண்டு.
ஒரு மேடை என்பது
அறிவுக்கான அங்கீகாரம்.
திறமைக்கான வெளிப்பாடு.
உழைப்புக்கான வெகுமதி.
நான் மனிதர்களை
கணக்கில் கொள்வதில்லை.
இலக்கியம், பாட்டு, இசை,
நடனம் என எல்லா விருதுகளையும்
ஒருவனுக்கே அளிப்பேன்.
போட்டியின்றி
அவனைத் தேர்ந்தெடுப்பேன்

நல்ல கேள்விதான்

எல்லோரும் டாக்டராகிவிட்டால்
யார் கம்பௌண்டர் ஆவது
என்று கேட்கிறார்கள்.
நல்ல கேள்விதான்.
எல்லோரும் சினிமாவுக்குப் போய்
ஜிங்கு ஜிங்கு என்று
ஆடிக் கொண்டிருந்தால்
தியேட்டரில் யார் விசிலடிப்பது?

எப்படியாவது படித்து விடுங்கள்

படிப்பு வேண்டும் என்று ஒரு தரப்பும்
படிப்பு வேண்டாம் என்று
மற்றொரு தரப்பும்
வாதிட்டுக் கொண்டிருக்கின்றனர்.
எதுவரை வேண்டும்
எதுவரை வேண்டாம் என்று
யாரும் குறிப்பிட்டுக் கூறவில்லை.
படிப்புக்கு எல்லை இல்லை என்பதால்
அதை விட்டு விடுகிறேன்.
குறைந்தது எதுவரை படிக்க வேண்டும்
என்று கேட்டால்
எல்.கே.ஜி வரையாவது
படிக்க வேண்டும் என்பேன்.
மழைக்காகக்கூட
பள்ளிப்பக்கம் ஒதுங்கியதில்லை
என்று யாரும் கூறிவிடக் கூடாதல்லவா?

அவரவர்க்கான இடம்

யாரை எங்கு வைக்க வேண்டுமோ
அங்குதான்
அவர்களை வைக்க வேண்டும் என்பதில்
நம்பிக்கை உடையவரா நீங்கள்?
மிகவும் நல்லது.
யாரை எங்கு வைக்க வேண்டுமோ
அங்குதான் ஆண்டவன்
நம்மையும் கூட வைத்துள்ளான் என்பதையும்
நம்பித்தான் ஆக வேண்டும், நீங்கள்.

நானும் லியோதான்

லியோ படத்திற்கு
பெரும் வரவேற்பு
இருக்கும் போலிருக்கிறது.
யார் லியோ
என்ன கதை
எப்படியான படம்
என்பதெல்லாம் எனக்குத் தெரியாது.
கல்லூரி காலத்தில்
நானும் கூட
லியோ கிளப் உறுப்பினராக இருந்தேன்.
இப்போதெல்லாம்
ப்ரோ என்கிறார்களே
அது போல
லியோ
என்றுதான் கூப்பிடுவார்கள்
அப்போது என்னை

சங்கே முழங்கு

செவித்திறன்
குறைபாடுள்ளவர் உள்ள ஊரில்
ஊதுகிற சங்கை
ஊதிக் கொண்டிருக்கிறேன்.
குறைந்த பட்சம்
ஊதுகிறேன் என்ற
பார்வை கூடவா
இல்லாமல் இருப்பார்கள்?
பார்க்கலாம்

அனுபவம் என்பது...

ஒரு 20 வயது கவிஞனிடம்
20 வயதுக்கான கவிதைதான் வரும்.
40 வயது கவிஞனிடம்
40 வயதுக்கு மீறிய
கவிதை வெளிப்படுவது, அபூர்வம்.
என் வயது ஐம்பத்தைந்து.
எந்த வயதுக் கவிதையை
என்னிடம் எதிர்பார்க்கிறீர்கள்?
படித்துப் பாருங்கள்.
உங்கள் எதிர்ப்பார்ப்பை
என் கவிதைகள்
பொய்க்கச் செய்துவிட்டால்
நான் பொறுப்பல்ல

நினைவின் காலம்...

நாற்பது ஆண்டுகளுக்கு முன்
பள்ளி ஹாஸ்டலில்
ஒன்றாய்த் தங்கிப் படித்த
மாரிமுத்துவை நேற்று
நண்பர் மகளின்
திருமண வரவேற்பில் பார்த்தேன்.
மாரிமுத்துவுக்கு
நான் யார் என்றே தெரியவில்லை.
நான்தான் சங்கர் என்றேன்.
அவன் நினைவை உயிர்ப்பிக்க
ஏதேதோ ஞாபகப்படுத்தினேன்.
'ரொம்ப நாள் ஆச்சில்ல' என்றான்.
போகும்போது என்னிடம் வந்தவன்
'உங்க பேர் என்ன சொன்னிங்க?
சேகரா..' என்கிறான்

நவீன கவிஞர்கள் பேசுகிறார்கள்

பிரதி வழியாக
பேசத் தெரியாதவர்கள்
பேசிக் கொண்டேயிருக்கிறார்கள்.
வாழ்க தமிழ்க் கவிதை

ராபர்ட் ஃப்ராஸ்ட்டும் நானும்

ராபர்ட் ஃப்ராஸ்ட்
உலகப் புகழ் பெற்ற ஆங்கிலக் கவிஞர்.
அவருடைய Mending wall என்னும் கவிதை
பிரசித்தி பெற்றது.
பள்ளி மற்றும் கல்லூரிப் பாடத் திட்டத்தில்
இக் கவிதைக்கு கட்டாயம் இடமுண்டு.
நல்ல கவிதை இது.
சந்தேகமில்லை.
இந்தக் கவிதைக்கு இணையாக
குறைந்தது ஐம்பது கவிதைகளாவது
நானும் எழுதி இருப்பேன்.
என்ன..
தமிழில் எழுதிவிட்டேன்

ஒரு தொள தொளா கவிதை

இப்போதெல்லாம்
நகரங்களில் யாரும்
பெர்முடாஸ்
அணிவதாகத் தெரிவதில்லை.
முன்பெல்லாம்
பெர்முடாஸ் அணிந்து கொண்டு
கோயிலுக்குச் செல்வோரை கண்டிருக்கிறேன்.
அதன்பின்தான்
யாரும் கைலி கட்டிக் கொண்டு
உள்ளே வரக்கூடாது என
உத்தரவு போட்டார்கள்.
பெர்முடாஸ் அணிந்து கொண்டு
தாலி கட்டினார் ஒரு மாப்பிள்ளை.
(இதைப் பார்த்த அவர் பெற்றோர்கள்
கண்ணீர் வடித்தனர்).
பெர்முடாஸை ஆண்கள் அணிவதா (அ)
பெண்களும் அணியலாமா என்ற விவாதங்கள்
தொடர்ந்தன.
Spencer plaza வில் அறுநூறு ரூபாய்க்கு
நான் வாங்கிய பெர்முடாஸ்
நார் நாராய் கிழிந்தது.
ஒரு கட்டத்தில்
பெர்முடாஸை
தேசிய உடையாக
அறிவிக்க வேண்டுமென சிலர்
கோரிக்கை விடுத்தனர்.
பெர்முடாஸ் என்பது
'லூஸான உடை' என அமைச்சர்
அறிக்கை கொடுத்தார்.
இதை

'லூஸுகள் அணியும் உடை என
பத்திரிகைகள் திரித்து எழுதப் போய்
பெர்முடாஸ் போர் வெடித்தது.
பெர்முடாஸை இரண்டாகக் கிழித்து
தேசியக் கொடியாக ஏற்றுவோம் என
ஒரு பிரிவு எச்சரித்தது.
பெர்முடாஸ் அணிபவர்களுக்கு
இட ஒதுக்கீடு வேண்டுமென
போராட்டம் தொடர்ந்தது.
அதன் பின்னர் நடந்த யுத்தத்தில்
பலர் பெர்முடாஸுடன்
கொளுத்தப்பட்டனர்.
எஞ்சிய சில பெர்முடாஸ்களை
பெண்கள்
தங்கள் ஆடைகளுக்குள்
திணித்துக் கொண்டு தலைமறைவாயினர்.
பெர்முடாஸ் போரில் ஈடுபட்டு
பெர்முடாஸ் உட்பட
அனைத்தும் இழந்தவர்களை
அரசாங்கம்
தியாகிகள் என அறிவித்தது.
அவர்களுக்குப் பென்ஷன் கொடுத்து
கௌரவித்தது.
நகரத்தில் யாரும் இப்போது
பெர்முடாஸ் அணிவதாகத் தெரியவில்லை -
என்னைப் போன்ற சிலரைத் தவிர.
இதோ
இந்த நகரத்துப் பூங்கா பெஞ்சில்
பெர்முடாஸ் அணிந்தபடி
எதையோ படித்துக் கொண்டிருக்கிறார்
பெரியவர் ஒருவர்.
தியாகியாக இருப்பாரோ?

வாய் திறந்து பதில்

நேர்முகத் தேர்வுக்குப் போனான்.
அவர்கள் கேட்ட கேள்வி இதுதான்
"ஒரு நாளைக்கு
எத்தனை முறை கொட்டாவி விடுவீர்கள்?
"என்ன?"
மூன்று முறை என்று சொல்லலாமா
முப்பது முறை என்று சொல்லலாமா என
குழம்பி நின்றான்.
கேள்வி கேட்டவர்
அவனை மடக்கி விட்டதாக நினைத்து சிரித்தார்
பக்கத்திலிருந்தவரிடம் கிசுகிசுத்தார்.
அவரிடமும் ஒரு கேலிப் புன்னகை
"வாயைத் திறந்து சொல்லுங்க, மிஸ்டர்…"
அவர்கள் விடுவதாக இல்லை.
நேரம் போய்க் கொண்டிருந்தது.
அவனுக்கு
கொட்டாவி கொட்டாவியாக வந்தது.
எண்ண ஆரம்பித்தான்.

உன் பெயர் மாற்றுக் கவிதை

சமீபத்தில் சுகுமாரனின் 'உன் பெயர்'
என்ற கவிதையை வாசித்தேன்.
இது எப்போது எழுதப்பட்டது என்று
எனக்குத் தெரியாது.
இந்தக் கவிதையை இன்றைய கவிஞன்
எப்படி எழுதியிருப்பான் என
நினைத்துப் பார்த்தேன்.
இரண்டு கவிதைகளும் கீழே.

சுகுமாரன் கவிதையிது

உன் பெயர்
காபாலத்தின் உட் கூரையில் கிளைத்து
என் நாளங்களில் மிதக்கும்
சங்கீத அதிர்வு.
என் தனிமைப் பாதையில்
துணை வரும் நிழல்.
என் கதவருகில் நின்று தயங்கும் புன்னகை.
காணி நிலத்தில் ததும்பும் நிலவொளி.
உன் பெயர் இன்றென் உற்சாகங்களை
மூடும் வலை.
என் காதை அறுத்துத் தரச் சொல்லும்
விநோத கோரிக்கை.
கொய்யப்பட்ட என் சிரசை ஏந்தும்
சலோமியின் தாம்பாளம்.
என் இதயத்தைத் துளைக்கும்
அன்பின் விஷம் தடவிய வாள்.
நீயே என் ஆனந்தம்.
அலைச்சலில் ஆசிர்வாதம்.
குதூகலம்.

நீயே என் துக்கம், பதற்றம்,
பிரிவின் வலி.
காலம் அறியும் உன் பெயர்
வெறும் பெயரல்ல எனக்கு.
நீயே அறிபவள்.
நானே வழியில் எதிர்ப்பட்ட
வெறும் பெயரோ உனக்கு?
உன் பெயர்
இந்த இரவின்
காலி அறையில் மாட்டிய கடிகாரம்.

என் கற்பனையில்...

உன் பெயர்
வாயில் கரையும் பட்டர் ஸ்காட்ச் ஐஸ்க்ரீம்
தடையின்றிக் கிடைக்கும்
டேட்டா கனக்டிவிட்டி.
தொலை தூர டூவீலர் பயணம்.
நுரைத்துப் பொங்கும் பியரின் காட்சி.
ஞாயிற்றுக்கிழமையின்
நீள் தூக்கம்.
எத்தனை முறை முயன்றும்
கிளியர் செய்ய முடியாத
அரியர் பேப்பர்.
இளையராஜா பாட்டுக்கிடையே
தொந்தரவு செய்யும்
FM விளம்பரம்.
கோடை காலத்தின்
நடுப்பகல் கடற் காற்று.
எதிர்பாராமல் கீறிவிட்ட பிளேடின் காயம்.
விசாரணையின்றி
அப்பா தரும்
பாக்கெட் மணி.

அரசியல்வாதி அள்ளித்தரும்
தேர்தல் வாக்குறுதி.
ஆதார் அட்டை யிலும்
அமர்க்களமாக வந்துவிட்ட
என் புகைப்படம்தானே.

சாவு என்றால் சிரிக்கிறார் (அ) நகுலன் நாற்பத்து நான்கு

1.
Yellow cat in memory lane
பார்த்த பிறகு
எழுதவே பயமாயுள்ளது.

2.
எழுதுவதும்
எழுந்து நடப்பதும் தானா வாழ்க்கை?

3.
சரக்கு தீர்ந்து விட்டதாக ஒரு தகவல்.
தீராத சரக்கல்லவா?

4.
வாழ்க்கை
வரம்தான் என்று வாக்குமூலம்.

5.
சிரித்து சிரித்து மழுப்புகிறார்.

6.
அர்த்தமற்ற கேள்வி.
அர்த்தமற்ற பதில்.

7.
தெருவில் ஹான் சப்தம்.

8.
பூட்டும் போதும்
திறக்கும் போதும்
மனசு பட படக்கிறது.

9.
தொலைந்து போகாத எதையோ
தேடுவது போல் தோன்றுகிறது.

10.
கூட்டுக் குடும்பம்தான்
தனிக் குடித்தனம் ஆகிவிட்டது.

11.
பூசம் நாசம் என்று
யாரோ சொன்னார்களாம்.

12.
சிரிப்பது சிந்திப்பது
இரண்டுக்கும் பழகிவிட்டார்.

13.
சுசீலாவுக்கு
தான் சுசீலா என்று தெரியாது.
தெரிந்தாலும் பெரிய பாதகமில்லை.

14.
நம்பிராஜனிடம் கேள்வி இருக்கிறது.
டி.கே துரைசாமியிடம்
பதில் இருக்கிறது.

15.
கற்றது ஆங்கிலம்.
குடித்தது பிராந்தி.
பேசியது தமிழ்.
வாழ்ந்தது கனவு.

16.
எழுதிய கவிதை காணோம் என்கிறார்.
எங்கு தொலைத்தார் அதை?

17.
அர்த்தம் அர்த்தமின்மை
இரண்டுமே அர்த்தமின்மையாகத்
தெரிகிறது அவருக்கு.

18.
இருப்புக்கு மிக அருகில் சாவு.

19.
என்ன ஏழுதினேன் என்கிறார்

20.
அவருக்கு அவரே ஜோக்கர்.

21.
உணவில் பெரிய நாட்ட மில்லை.
உண்மையில் நாட்டமுண்டு.

22.
இன்னும் எவ்வளவு ஆண்டு என்கிறார்.
இருக்கும்வரைதானே குடிக்க முடியும் என்ற
கவலையாகவும் இருக்கலாம்.

23.
வயோதிகத்தில் வாய் குழறுகிறது.
சிந்தனையில் பெரிய மாற்றமில்லை.

24.
அவரோடு
இரண்டு நாட்களுக்கு மேல் இருந்தால்
தனியாக இருக்க
உங்களையும் பழக்கிவிடுவிடுவார்.

25.
விருது என்றால் பயப்படுகிறார்.
சாவு என்றால் சிரிக்கிறார்.

26.
சொன்னதற்கும்
சொல்லப் போவதற்கும்
ஒரு அர்த்தமும் இல்லை.

27.
புகையாக மறைகிறது.

28.
க.நா.சு., சுந்தர ராமசாமி,
விர்ஜினா வூல்ஃப்,
சாமுவேல் பெக்கட்
என யார் யார் பெயரையோ சொல்கிறார்.
அவர் பெயரைச் சொல்ல ஆளில்லை

29.
லட்சணம் வேறு
லட்சியம் வேறல்லவா?

30.
வாய்க்கரிசி
வாய்க்கு ருசி என்பதெல்லாம்
வார்த்தை ஜாலமன்றி வேறென்ன?

31.
கூட்டத்திலிருந்து விலகி
தனியாகச் செல்கிறார்

32.
வாழ்ந்து கெட்டவர் வரிசையில்
அவருக்கு
இடமில்லை
என்று சொல்லிவிட்டார்கள்.

33.
வார்த்தைகளை
வாயில் போட்டு மெல்லுகிறார்.

34.
அவர் நின்றதை
நடந்ததை
சாய்ந்து உட்கார்ந்ததை
அவருக்கே
படமாகப் போட்டுக் காட்டுகிறார்கள்.
கொஞ்சம் அதிர்ந்துதான் போகிறார்.

35.
காதலிகளைச் சம்பாதிப்பவர்கள்
நிறைந்துள்ள
இவ் வாழ்வில்
அவர்
காதலிக்கு முழுக்கு போடுகிறார்.

36.
அது மஞ்சள் பூனையா?
மதில் மேல் பூனையா?

37.
அந்தந்த காலத்தில்
அவரவர் வாழ்வதுதானே
நியாயம்
என்ற ரீதியில் ஒரு பேச்சு.

38.
எல்லாம்
ஒன்றுமில்லை என்றாகிவிட்டது.
இனி இருந்துதான் என்ன பயன்?

39.
பாண்டியராஜுவை
பாராட்டியே ஆக வேண்டும்.
நிழலைப் படம் பிடிக்கிறார் அல்லவா?

40.
Obituary பார்ப்பதாக
அவர் சொல்லி இருந்தார்.
Matrimony பார்ப்பதாக
இவர் சொல்கிறார்.
பெரிய வித்யாசம் எதுவுமில்லை.

41.
Miss you என்கிறார்.
காதலியிடம் அல்ல.
தன்னைக் காண வந்தவர்களிடம்.

42.
பேட்டி கண்டவர்கள்
சென்றுவிட்டனர்.

43.
அவர்கள் ஏதோ கேட்டனர்.
இவரும்
ஏதோ சொன்னார்.
ஒன்றுக்கொன்று
சம்பந்தம் இல்லாத சம்பாஷணை.

44.
நல் உறக்கத்துக்காக
நெடுநாள் காத்திருந்தார்.
அது அவரை ஆட்கொண்டது.

குறுங்கவிதைகள்

1.
மாலை நேரத்துச்
செடிகளின் பெருமூச்சு
சூரியனையும் கருகச் செய்கிறது.

2.
மழையிலிருந்து திரும்பியவன்
67 கிலோ ஈரத்துடன்
வீட்டுக்குள் நுழைகிறான்.

3.
உணவின் மீது
கடைசியாய் தூவப்பட்ட உப்பாய்
உன் முத்தத்தின் நினைவு.

4.
180 மிலி உவர்ப்பு நீர்
கசப்பு நீராய் மாறிய ரகசியம் என்ன?

5.
யாருக்கும் தெரியாமல்
கவிதை நதியில்
மூழ்கித் திளைக்கும் அவளை
படிம மீன்கள் கடித்துச் செல்கின்றன.

6.
யாராக இருந்தாலும்
குனிந்து செல்லவும்
என்றொரு வாசகம் கோவில் வாசலில்.
இத்தனைக்கும் அது
சின்னக் கோயில் கூட இல்லை.

7.
வான்வெளி விரிப்பில்
ஆழ்ந்து உறங்குகிறது ஒரு பறவை
மிதிப்பது போல் அதற்கொரு கனவும்

8.
ஒரு முற்றுப் புள்ளியுடன்
ஒவ்வொரு வாக்கியத்தையும் தொடங்குகிறேன்
எனவே எனக்கான முற்றுப்புள்ளி என்பது
முடிவல்ல தொடர்ச்சி

9.
அடுத்த முறை
இப்படி செய்து பாருங்கள் என
சமையல் குறிப்பு தருகிறார்கள்
எனக்கென்னவோ
அடுத்த பிறவியில்
இப்படி வாழலாமே என
யாரோ சொல்வது போலவே உள்ளது

புத்தனுக்குப் பிறகு நாட்டை ஆள்பவர்கள்

புத்தனுக்குப் பிறகு
நாட்டை ஆள்பவர்கள் யார்?
புத்தனின் சாம்ராஜ்யத்துக்கு எல்லைகளேது?
படைகளேது?
பாதுகாப்பேது?
அவன் வாரிசாக
யாரையும் நியமிக்கவில்லை.
அரண்மனையை விட்டு வெளியேறியவனுக்கு
பிரபஞ்சமே சொந்தமாகிறது.
புத்தனுக்குப் பிறகு
நாட்டை ஆள்பவர்கள் யார்?
விரல் விட்டு எண்ணி விடலாம்

ரட்சகன்

நடிகர்கள்
நாட்டுக்கு வழி காட்டுவார்கள் எனப் பார்த்தால்
அவர்கள்
கழுத்தறுக்கும் படங்களில்
நடித்துக் கொண்டிருக்கின்றனர்.
ஒரு குறைந்த பட்ச
தார்மீகப் பொறுப்புமின்றி
குப்பையாக வருகிறது ஒரு தொடர்.
இந்தக் காரணங்களால்தானோ என்னவோ
மக்கள் இவர்கள் கையிலெல்லாம்
எந்தப் பதவியையோ
அதிகாரத்தையோ தரவில்லை
ஒரு சமுதாயத்தை
உருப்படாமல் போகச் செய்ய
ஆயிரம் பேர் இருக்கலாம்.
கவலையில்லை.
ஒருவன்
எங்கிருந்தோ வருவான்.
அப்போது இவர்களெல்லாம்
தலை தெறிக்க ஓடுவார்கள்

அரவை மில்லுக்கு வரும் அழகிகள்

இளம் அழகிகள்
அரவை மில்லுக்கு வருகின்றனர்.
கையில் தூக்கு வாளியுடனும்
எவர்சில்வர் பாத்திரங்களுடனும்
வரும் அவர்கள்
ரசீது பெற்றுக் கொண்டு
அரவைக்கு
பொருட்களைத் தருகின்றனர்.
நெடி கொண்ட மிளகாயையும், மல்லியையும்,
மஞ்சளையும் அவர்களிடம் கொடுத்தனுப்ப
அவர்கள் தாய்மார்களுக்கு
எப்படித்தான் மனது வந்ததோ?
அரைத்த பொருட்களை
ஆற வைக்கின்றனர்.
ஒரு கணம் காத்திருந்து
பாத்திரத்தில் நிரப்பி
மூடி போடுகின்றனர்.
முன் நெற்றியில் விழும் முடியை லாவகமாக
மணிக்கட்டால் ஒதுக்கி விடுகின்றனர்.
லேசான வியர்வையுடனும்
சற்றே களைப்புடன்
வீடு திரும்பும் அவர்கள்
நம் மனதை
அவ்வளவு நைஸாக
அரைத்துச் சென்று விடுகின்றனர்

ஆட்டத்தை முடிப்பதென்பது

44 வது ஓவரில் ஆரம்பத்தில்
தென் ஆப்ரிக்கா வெற்றி பெற
இன்னும் 15 ரன் தேவை.
நானி சொல்கிறார்
“இரண்டு ஓவரில்
மீதியிருக்கும்
2 விக்கெட்டும் எடுத்து
பாகிஸ்தான் match ஐ முடிக்க வேண்டும்..
வாசிப், ராஃபுக்கு ஓவர் தர வேண்டும்.
அதற்கு முத்துவின் பதில்
“ராஃப்வுக்கு ஓவர் கொடுத்தால்
ஒரே ஓவரில்
Match முடிந்து விடுமோ என்ற
பயமும் பாபர் ஆசாமுக்கு இருக்கும்”

இரட்டை பயம்

அவன்
வேண்டிக் கொண்டான்
"ஆண்டவரே
எப்படியாவது என்னைக்
காதலில் இருந்து காப்பாற்றுங்கள்...
அப்புறம்
காதல் கவிதைகளிலிருந்தும்"

பிச்சைக் கவிதைகள்

1.
எப்போதும் சாலையைக் கடந்து
பின்னர்தான்
பிச்சையெடுக்க ஆரம்பிக்கிறார்.
கேட்டதற்குச் சொல்கிறார்.
"இந்தப் பக்கம் இருக்கறவங்க எல்லாம்
பிச்சைக்கார பசங்க..."

2.
வருடந்தவறாமல்
அந்த மலைக் கோவிலுக்குச் செல்கிறார்
அந்தச் செல்வந்தர்.
படியில் அமர்ந்திருக்கும்
பிச்சைக்காரர்களுக்கு
அள்ளி அளித்துவிட்டு
உச்சிக்குச் சென்று கையேந்தி நிற்கிறார்.

3.
'அவரவர்க்கு வாய்த்த இடம்
அவன் போட்ட பிச்சை
அறியாத மானிடர்க்கு
அக்கரையில் பச்சை'
கண்ணதாசனின் பஞ்ச் கவிதையிது.

4.
அரசாங்கமே பிச்சையெடுக்கிறது.

5.
ஏற்பது இகழ்ச்சி என்றாலும்
ஈதலே அறம்.

6.
பெருமாள் பிச்சை
அல்லா பிச்சை அறிவோம்.
ஏசு பிச்சை என்ற பெயர்
எங்கேனும் உள்ளதா?

7.
பிறர் நெற்றி சுருங்காமல்
பிச்சை எடுக்கப் பழக வேண்டும்.
அடுத்தவரை
குற்றவுணர்க்கு ஆளாக்காமல்
பிச்சையிடும் நுட்பம்
தெரிந்திருக்க வேண்டும்.

8.
பிச்சை என்ற வார்த்தை
சங்கடப்படுத்தினால்
இலவசம், வெகுமதி, அன்பளிப்பு என்று
சொல்லிக் கொள்ளலாம்.

9.
பிச்சைகளில் பல வகை உண்டு.
அன்பு பிச்சையும்
அறிவு பிச்சையும் அடங்கும் இதில்.

10.
என் பாட்டி
தன் கடைசிக் காலத்தில்
பிச்சையெடுத்து வாழ
ஆசைப்பட்டார்.
அதற்கு நான் அனுமதிக்கவில்லை.
எவ்வளவு பெரிய
சுயநலவாதி நான்.

11.
பதிப்பகத்தின் முன் போய் நின்று
பிச்சை கேட்கிறார் படைப்பாளி.
விரட்டியடிக்கிறார்கள்.

12.
யாரளித்த பிச்சை
இந்தப் பிறவி?

13.
அடியாரைப் போல்
சிவன் செய்த
திருவிளையாடல் ஏராளம்.

14.
பிச்சைக்காரர்களுக்கு
கிடைத்தால்தான் சந்தோஷம்.
அடியார்களுக்கோ
கிடைத்தாலும் கிடைக்காவிட்டாலும்
சந்தோஷம்தான்.

15.
பிச்சையெடுக்கவும்
முகத்திலொரு
ராஜ களை தேவைப்படுகிறது.

16.
கவுண்டமணி செந்தில்
சுந்தர்ராஜன் ஆரம்பித்த அந்தச் சங்கம்
இப்போது யார் கையில்?

17.
பிச்சையிட்டதற்கு
ரசீது வழங்குகிறார்கள் சிலர்.

18.
இடுவதும் ஏற்பதுமாக
இயங்குகிறது இவ்வுலகம்.

19.
கடனே என்று
பிச்சை கொடுக்காதீர்கள்.

20.
குடும்பமே
தொலைக்காட்சித் தொடர் பார்க்கிறது.
சேனல் போடும் பிச்சை.

21.
தர்மமென்பது அள்ளிக் கொடுப்பது.
பிச்சை என்பது கிள்ளிக் கொடுப்பது.

22.
இரந்தும் உயிர் வாழ்தல் வேண்டின் குறளுக்கு
எவ்வளவு விளக்கங்கள்.

23.
பிச்சாண்டவர்.

24.
மடிப்பிச்சை என்பது செயலல்ல,
உணர்வு.

25.
என் வாழ்க்கை
அவர் போட்ட பிச்சை என்று
பெண்மணிகள் சொன்னது
அந்தக் காலம்.

26.
பிச்சை வாங்கி
உண்ணும் வாழ்க்கை
பெற்றுவிட்ட போதிலும்
அச்சமில்லை அச்சமில்லை என்று
பாடுகிறான் பாரதி.

27.
பிச்சைப் பாடினியார் என்ற
சங்கப் புலவரைக் கேள்விப்பட்டிருக்கிறாயா
என்கிறான் நண்பன்.
காக்கைப் பாடினியார் என்றொருவர்
இருந்ததாக ஒரு நினைவு.
குழப்பிவிட்டான், ராஸ்கல்.

28.
வெளியே போகாதே
கண்ணை நோண்டி
பிச்சையெடுக்க விட்டுவிடுவார்கள்
என்று என் சிறு வயதில்
பயமுறுத்துவார்கள் பெரியவர்கள்.
எண்ணிப் பார்த்தால்
அதுவே தேவலாம் போல் உள்ளது.

29.
அலுவலக மேலாளரிடம் போய்
ஒரு வார லீவுக்கு
பிச்சை கேட்டு நிற்கிறான்.

30.
உலகின் பணக்கார நாடுகளுக்கான
பட்டியல் உள்ளது போல்
பிச்சைக்கார நாடுகளுக்கும் உள்ளதா?

31.
நவீன யுகத்தில் Wi - Fi, mobile data என்றெல்லாம்
பிச்சையெடுக்க ஆரம்பித்துவிட்டார்கள்.

32.
ஆக
விசும்பின் துளிவீழின் அல்லாமல்
பசும்புல்
தலைகாண்பது அரிதல்லவா?

ஆறு நாட்களும் அதற்கு மேலும்

ஞாயிற்றுக்கிழமை ஒரு நாள்
ஓய்வெடுக்கக்கூடாதா?
குமுறுகிறார் குடும்பத் தலைவர்.
அதெல்லாம் முடியாது
ஒட்டடை அடியுங்கள்
பூரிக்கு மாவு பிசைந்து கொடுங்கள்
மளிகை சாமான் வாங்கி வாருங்கள்
குழந்தைகளுக்கு பாடம் சொல்லிக் கொடுங்கள்
விரட்டுகிறாள் அவர் மனைவி.
நம்மவர் வெறுத்துப் போய்
மேலதிகாரியிடம் சொல்கிறார்.
அவரோ வெறுத்துப் போய்
இதற்கு நான் என் செய்ய முடியும்
வேண்டுமென்றால்
அரசாங்கத்திடம் முறையிடுங்கள் என்கிறார்.
அரசாங்கமோ ஒரே வரியில்
மனுவைத் தள்ளுபடி செய்கிறது.
இருக்கும் ஒரு நாளை
சாமர்த்தியமாகப் பயன்படுத்திக் கொள்வது
அவரவர் பொறுப்பு.

ஆல்பத்தில் ஒன்றாய் இருப்பவர்கள்

மனைவியிடம் சண்டை போட்டான்
அவள் கத்தினாள்
நீங்க எதுக்கும் லாயக்கில்லை.
அவன் கத்தினான்
"உன் உடம்பு பூரா திமிரு..."
அவள் சோறு வடித்தாள்
அவன் கொட்டிக் கொண்டான்.
அவன் சேலை வாங்கித் தந்தான்.
அவள் கட்டிக் கொண்டாள்.
அவர்கள் திருமண ஆல்பத்தை
எடுத்துப் பார்க்கும் குழந்தைகள்
"ஐ... அப்பா, அம்மா" என்று
குதூகலிக்கின்றனர்.

விலை போகாதவன்

நடுத்தர வயது கடந்து விட்ட அவனை
இந்திய கிரிக்கெட் அணியில் சேர்ந்தனர்.
முதல் போட்டியிலேயே டக் அவுட் ஆனான்.
அவன் வீசிய பந்து சிக்ஸருக்குப் போனது.
பீல்டிங் செய்யும்போது காலுக்கு நடுவில்
பந்தைவிட அது பவுண்டரிக்குப் போனது.
கேப்டன்
வயதுக்குக் கூட மதிப்பு கொடுக்காமல்
கண்டபடி திட்டினான்.
இரண்டாவது போட்டியில்
சப்ஸ்ட்யூட் ஃபீல்டராக களமிறங்கினான்.
மூன்றாவது போட்டியில்
விளையாடுபவர்களுக்கு
வாட்டர் பாட்டில், ஹெல்மட், கையுறை
எடுத்துக் கொண்டு
மைதானத்துக்குள் ஓடினான்.
பார்த்தான்.
இது ஒன்றும் சரிப்பட்டு வாராதென
பஸ்ஸுக்கான காசை வாங்கிக் கொண்டு
ஊருக்குத் திரும்பிவிட்டான்.

கவிதையின் கவிதைகள்

- அவர் இன்னும் எழுத ஆரம்பிக்கவில்லை.
  தன்னை விமர்சனம் செய்யத்
  தகுதியானவர்களை
  நேர்காணல் மூலம் தேர்வு செய்த பின்
  எழுத ஆரம்பிப்பார்.

- முன்னோர்களின் ஆசி பெற்று
  ஒரு கவிதையை விடுவிக்கிறான்.

- பெரு மொழியில் கவிதை சாத்தியமில்லை
  என்பதால்
  குறு மொழியில்
  சில சொற்களைப் புகுத்தி விளையாடுகிறான்.

- அன்பை வளர்க்க கவிதை எழுதுவதாய்
  நம்பிக் கொண்டிருந்தேன்.
  இப்போதுதான் தெரிகிறது -
  அது பகையை மறக்கத்தான் என்று.

- "சார், உங்களுக்கு என்ன தெரியும்?"
  கவிதை எழுதத் தெரியும்.
  "அப்புறம்?"
  "அப்புறமா?... அடேய்..."

- கண்டதை எழுதாமல்
  கண்டதையும் எழுதுகிறார்.

- *எனக்கு நானே
  சபாஷ் போட்டுக் கொள்ளும்படியான
  கவிதை ஒன்றை
  நேற்று எழுதி முடித்தேன்.
  உங்களிடம் காட்ட மாட்டேன்.
  கிணற்றில் போட்டு விடுவீர்கள்.*

- *ஒரு கவிதையின் முதல் வரியாகவும்
  கடைசி வரியாகவும் இருக்க நான் தயார்.
  இடைப்பட்ட சொற்களை
  முத்தங்களால் நிரப்பிக் கொடேன்.*

- *நேற்றைய கவிஞனை இன்று
  கவிஞன் இல்லை என்கிறார்கள்.
  தம்பி நாளைய கவிஞன் நீதான்.*

- *மழைக்காலத்தில் எழுதப்படும் கவிதைக்கு
  கொஞ்சமேனும் ஈரம் இருக்க வேண்டும்.*

- *விவசாயிகளுக்கு வயலும் வாழ்வும்
  கவிஞர்களுக்கோ வலியும் வாழ்வும்.*

பறப்பவர்கள்

இளம் காதலன்
தன் காதலியை
இரு சக்கர வானத்தின் பின் அமரவைத்து
கடத்திக் கொண்டு செல்கிறான்.
கடத்துவது என்றால் கடத்துவது அல்ல.
அசுர வேகத்தில்
தேசிய நெடுஞ்சாலையில் பறப்பது
தொலை தூரம் செல்லும் அவர்கள்
கொஞ்சம் கொஞ்சமாக
மேலே செல்லத்
தொடங்குகிறார்கள்.
இரு சக்கர வாகனத்துக்கு
இறக்கை முளைக்கிறது.
ஒரு புரவியாக மாறிவிடுகிறது அது
ராஜகுமாரன்கள் கதை
இப்படித்தான் உருவாகிறது

Google map காதல்

காதலன் கேட்கிறான்.
"*Google map* ஏ *Google map* ஏ
என்னை என் காதலியின் இடத்திற்கு
கூட்டிச் செல்"
அது சொல்கிறது.
"உன் காதலியின் *live location* ஐ
share செய்யச் சொல்"
அப்படியே நடக்கிறது.
அடுத்த அரை மணி நேரத்தில்
நம்மாள்
காதலின்
இருப்பிடத்தில் இருக்கிறான்.
இருவரும் *google map* க்கு
நன்றி சொல்கின்றனர்.
தங்கள் திருமணத்துக்கு
அழைப்பு விடுகின்றனர்
அது சொல்கிறது
"உலகத்தின் எந்த மூலையில் நடந்தாலும்
அங்கு நான் இருப்பேன்"

நானும் டி.எஸ். எலியட்தான்

ஒரு நல்ல கவிதை எழுதி முடித்ததும்
நல்லதொரு காஃபி குடித்த மனநிறைவு.
இது
கவிதையின் வெற்றியா?
காஃபியின் வெற்றியா?

ஆன்மீகக் கவிதைகள்

- நிறமும் மணமும் மலரில் உள்ளதா
  மனதில் உள்ளதா என்றொரு
  கேள்வி உள்ளது ஆன்மீகத்தில்.
  இந்தக் கேள்வியை கடந்தவர்கள்
  ஞானிகளாகின்றனர்.

- புண்ணியம் தேட
  வழி எது என்கிறான் சீடன்.
  பூக்களை பார்த்துக்கொண்டிரு
  என்கிறார் குரு.

- குருவோடு நடந்து செல்வது
  ஒரு சுகானுபவம்.

- நீங்கள் எந்தக் காலத்தில் வாழ்ந்து
  கொண்டிருக்கிறீர்கள் என்கிறான் சீடன்.
  'காலம் என்னுள் வாழ்ந்து கொண்டிருக்கிறது'
  என்கிறார் குரு.

- ஒன்றை அடைவதற்காக ஏன் ஒருவன்
  பலகாலம் துன்பப்பட வேண்டும் என்கிறான்
  சீடன்
  துன்பத்திலிருந்து விடுபட
  துன்பத்தை அனுபவிப்பதைத் தவிர
  வேறு வழியில்லை.

- நாம் எப்போதும்
  இரண்டு பேருடன் மட்டுமே
  தொடர்பு கொண்டுள்ளோம்
  விடை கண்டுபிடியுங்கள்

என்கிறார் குரு.
சீடர்கள் அதன் மீது
தியானம் செய்கின்றனர்.
சில நாட்கள் கழித்துக் கேட்கிறார் குரு
'யாருக்கு விடை தெரியும்?'
சிலர் கையை உயர்ந்துகின்றனர்.
விடை என்ன என்று கேட்காமலே
நகர்கிறார் குரு.
அடுத்த முறை சீடர்களிடம் கேட்கிறார்
நாம் எப்போதும் ஒருவருடன் மட்டுமே
தொடர்பு கொண்டுள்ளோம்.
யாருக்கு விடை தெரியும்?
சீடர்கள் அதன் மீது தியானம் செய்கின்றனர்.
குரு அதன் பின்னர்
எந்தக் கேள்வியும் கேட்கவில்லை.

- சீடன் கேட்கிறான்
  மயக்கம் என்றால் என்ன?
  ஞானம் என்றால் என்ன?
  குரு சொல்கிறார்
  உறக்கம் என்றால் என்ன?
  விழிப்பு என்றால் என்ன?

- எனக்கொரு வழி காட்டுங்கள்
  என்கிறான் சீடன்
  குரு சொல்கிறார் 'ஒருமையில் வாழ்'

- எவ்வளவு கவனமாக இருந்தாலும்
  சில நேரம் தவறி விடுகிறோமே
  இதன் பொருள் என்ன குருவே?
  குருவின் பதில்
  'தவறி விடும் போது கவனமாக இல்லை
  என்றே பொருள்'